சகலகலாவல்லவன்

சகலகலாவல்லவன்

பரத்வாஜ் ரங்கன்

தமிழில்: அரவிந்த் சச்சிதானந்தம்

சகலகலாவல்லவன்
Sagalakalavallavan
by Baradwaj Rangan

Published in Tamil by *New Horizon Media* in arrangement with *The Hindu*.
Originally Published in *The Hindu's* Friday Review section in the series titled "Master of Arts".

First Edition: January 2014
64 Pages
Printed in India.

ISBN 978-81-84149-03-1
Kizhakku - 793

Kizhakku Pathippagam
177/103, First Floor,
Ambal's Building, Lloyds Road,
Royapettah, Chennai 600 014.
Ph: +91-44 - 4200 9603

Email : support@nhm.in
Website : www.nhm.in

Photos: Jayababu

Kizhakku Pathippagam is an imprint of New Horizon Media Private Limited.

This book is sold subject to the condition that it shall not, by way of trade or otherwise, be lent, resold, hired out, or otherwise circulated without the publisher's prior written consent in any form of binding or cover other than that in which it is published and without a similar condition including this the rights under copyright reserved above, no part of this publication may be reproduced, stored in or introduced into a retrieval system, or transmitted in any form or by any means (electronic, mechanical, photocopying, recording or otherwise), without the prior written permission of both the copyright owner and the above-mentioned publisher of this book.

> கலையின் மீது இதுபோன்றதொரு எக்ஸ்போஷர் இரண்டு இடங்களில்தான் கிடைக்கும். ஒரு பிராமண இல்லத்தில்; அல்லது கலைக்காகத் தன்னை அர்ப்பணித்துக் கொண்ட குடும்பத்தில். தேர்ந்தெடுக்கும் வாய்ப்பு எனக்கு இருந்திருக்க வில்லை; பிராமண குடும்பத்தில் என் பிறப்பு நிகழ்ந்தது.

கமல் ஒரு நடிகர் என்பதைக் கொஞ்சம் மறந்துவிடுங்கள். அவருக்கு வேறு பல முகங்கள் இருந்தாலும், ஐம்பது வருடங்களாக நடித்து வருவதால், அவரை ஒரு நடிகனாக மட்டுமே மக்கள் கருதுகின்றனர். சில நேரங்களில், கமலை ஒரு எழுத்தாளனாகவோ இயக்குனராகவோ அவர்கள் கருதினாலும், பெரும்பாலான நேரங்களில் அவரை நடிகராக மட்டுமே பார்க்கின்றனர். அதனால், ஏப்ரல் மாதத்தில் ஒரு மாலை வேளையில், அவருடைய வேறு முகங்கள் பற்றிப் பேசினேன். அவருக்குள் இருக்கும் பாடகன், கவிஞன், புகைப்படக் கலைஞன், குறிப்பாக, நடனக் கலைஞனைப்பற்றி அவருடன் உரையாடினேன். 'உத்தம வில்லன்' படப்பிடிப்புக்காக

பெங்களூரில் தங்கியிருந்தார். அன்று தேர்தல் நாள் என்பதால், மாநிலத்தில் எங்கேயும் படப்பிடிப்புகள் நடக்கவில்லை. வெள்ளை நிற லினன் உடையில், மிகவும் ரிலாக்ஸாகத் தோற்றமளித்த அவர் என்னிடம் சொன்னார் 'கலையின் மீது இதுபோன்றதொரு எக்ஸ்போஷர் இரண்டு இடங்களில்தான் கிடைக்கும். ஒரு பிராமண இல்லத்தில்; அல்லது கலைக்காகத் தன்னை அர்ப்பணித்துக்கொண்ட குடும்பத்தில். தேர்ந் தெடுக்கும் வாய்ப்பு எனக்கு இருந்திருக்கவில்லை; பிராமண குடும்பத்தில் என் பிறப்பு நிகழ்ந்தது.'

பின் அவர், இசையால் நிறைந்த தன் பரமக்குடி இல்லத்தைப்பற்றிப் பேசினார். அவருடைய அம்மா வயலின் வாசிக்க, அவருடைய அண்ணன்கள் சாரு ஹாசனும் சந்திர ஹாசனும் பாடுவார்களாம்.

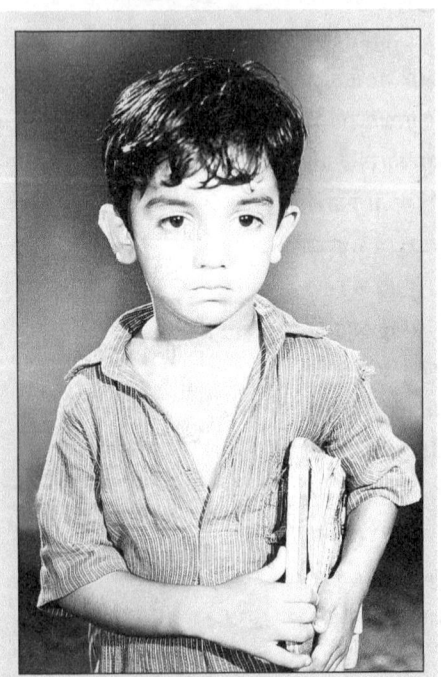

'இப்படிதான் நான் இசைச் சூழலில் வளர்ந்தேன். என் மனதில் எப்போதும் கிளாசிக்கல் இசை ஓடிக்கொண்டே இருக்கும். மற்ற வர்கள் சினிமா பாடல்களை ஹம் செய்வதைப்போல நான் கிளாசிக்கல் இசையைப்பற்றி யோசித்துக் கொண்டே இருப்பேன்.'

ஆனால் அவர் குடும்பத்தினர்,

> இப்படிதான் நான் இசைச்சூழலில் வளர்ந்தேன். என் மனதில் எப்போதும் கிளாசிக்கல் இசை ஓடிக்கொண்டே இருக்கும். மற்றவர்கள் சினிமா பாடல்களை ஹம் செய்வதைப்போல நான் கிளாசிக்கல் இசையைப்பற்றி யோசித்துக்கொண்டே இருப்பேன்.

கமலுக்கும் அவர் தந்தைபோல கொஞ்சம்கூடப் பாட வராது என்றே நினைத்திருக்கின்றனர். பாட வராவிட்டாலும் கமலின் தந்தை கலைப்புரவலராக விளங்கியிருக்கிறார். இரண்டு ஏக்கர் நிலத்தில் அவர் இல்லம் அமைந்திருந்தது. அதில் பாதியைத் திறந்த வெளிக் கலையரங்கம்போல் பயன்படுத்தியிருக்கிறார்கள். எம்.எல்.வி, மதுரை சோமு, இளம் வயது குன்னக்குடி வைத்தியநாதன் எனப் பல கலைஞர்கள் அங்கே நிகழ்ச்சி செய்திருக்கிறார்கள்.

கமல் தன் குடும்பத்தின் ஒரே பெண் பிள்ளையான தன் அக்காவைப்பற்றி பேசினார்:

‘அக்காவை ஐந்து வயதில் தஞ்சாவூர் குருகுலமொன்றில் கிளாசிக்கல் நடனம் கற்றுக்கொள்வதற்காக அனுப்பிவைத்தார்கள். எட்டு வயது இருக்கும்போது திரும்பிவந்தாள். குடும்பத்தில் காலம் கடந்து வந்து பிறந்திருக்கும் என்னை பார்த்ததும் அவளுக்கு ஆச்சரியம் தாளவில்லை. ஏனெனில், என் குடும்பத்தில் எல்லாமே திட்டமிட்டே நடத்தப்பட்டன. திட்டமிடப்படாமல் பிறந்தவன் நான்

மட்டும்தான். மூத்த மகன், இரண்டாவது மகன் ஆகிய இருவரும் வக்கீலாக வேண்டும் என்றும், மகள் கிளாசிக்கல் நடனக் கலைஞர் ஆகவேண்டும் என்று என் குடும்பத்தார் முன்கூட்டியே முடிவு செய்துவைத்திருந்தனர்'. கமலின் தந்தை மிருணாளினி சாராபாயின் தீவிர விசிறி. எனவேதான் கமலின் அக்காவுக்கு மிருணாளினி என்று பெயர் சூட்டினார் என்பது குறிப்பிடத்தக்கது.

கமல் ஹாசன் பேசுவதைக் கேட்பதென்பது படத்துக் கான திரைக்கதை விவரணையைக் கேட்பதற்கு சமம். அவரது தொனி நிதானமாக இருக்கும். விவரணை நம்மைக் கவர்ந்திழுக்கும். நாம் எதிர்ப்பாராத தருணத்தில், அவர் பேச்சில் நகைச்சுவை வந்து தெறிக்கும். அவர் தன் வாழ்க்கையின் ஆரம்ப கட்டத்தை விவரித்தார் (அந்த ஃபிளாஷ்பேக் கமலுக்கு ஒரு பெயர் வைக்க வேண்டுமே! சரி. பாலகன் கமல் என்று அழைப்போம்.)

பாலகன் கமலின் கலைப் பயணம் திடீரென்று சிலகாலம் தடைப்பட்டுவிட்டது. அவருடைய தாய்க்கு நீரிழிவு பிரச்னை இருப்பது கண்டறியப்பட்டதால், அவரது தாய் சிகிச்சைக்காக சென்னையில் உள்ள தன் அண்ணன் வீட்டுக்கு வந்து தங்கியிருக்கிறார். கமலையும் உடன் அழைத்துவந்துவிட்டதால், பாலகன் கமலால் தன் கலைப் பயணத்தைத் தொடரமுடியவில்லை. 'எனக்கு அப்போது மூன்று வயது. என்னை ஹோலி ஏஞ்சல்ஸில் சேர்த்துவிட்டனர். எனக்கு ஒரு விசித்திர திறமை இருந்தது. வீட்டை விட்டு அடிக்கடி ஓடிவிடுவேன். பின்பு டாக்ஸி பிடித்து வீட்டுக்குத் திரும்பி வருவேன்.'

கமலுக்கு ஐந்து வயதானது. நடிகராக அவதாரம் எடுத்தார். அவருடைய அக்கா சென்னை வந்தபோது,

அவர் வாழ்க்கையில் இசையும் நடனமும் மறு பிரவேசம் செய்தன. அக்கா வீணை வகுப்புக்குச் செல்லும்போதெல்லாம், பேருந்தில் அக்காவுக்குத் துணையாக கமலும் சென்றிருக்கிறார். வகுப்பில், கமல் எதுவும் சேட்டை செய்யாமல் இருக்கவேண்டும் என்பதற்காக இவர் கையிலும் ஒரு சிறிய வீணையைக் கொடுத்து அமர வைத்துவிடுவது வழக்கம்.

'ஒரு வகையில், இசையின் தாக்கத்தை என் அக்காதான் என் மீது ஏற்படுத்தினாள்.' அந்த காலகட்டத்தில் கமல் ஹாசன் கலைகள் எதையும் ஆர்வமாகக் கற்றுக்கொள்ளவில்லையாம். இசையை கர்ண பரம்பரையாகக் காதால் கேட்டு மட்டுமே புரிந்து கொண்டிருக்கிறார். வீணை வாசிக்கப் பழகவில்லை. ஆனால், ம்யூசிக் அகாடமியில் மறுதினமே கச்சேரி செய்யப் போகும் கலைஞன்போல் இசையைப்பற்றி பேசுவாராம். 'இதெல்லாம் என்னை வீணை இசைக்கலைஞனாக ஆக்குவதற்கு பதிலாக நடிப்பை நோக்கி இட்டுச் சென்றுவிட்டது' சொல்லிவிட்டு சிரித்தார்.

அந்த மாலை வேளையில் கமல் தன் நினைவுகளிலிருந்து பகிர்ந்து கொண்ட அந்தக் கதை, நேர்கோட்டுச் சித்திரமாக இல்லாமல், கால வெளியில் முன்னோக்கியும் பின்னோக்கியும் மாறி மாறிப் பயணித்தது. உதாரணமாக, அவருக்கு ஏழெட்டு வயது இருக்கும்போது, அவர் படித்த ஹிந்து உயர்நிலைப் பள்ளியில், அவருக்கு ராஜாராம் என்றொரு நண்பர் இருந்திருக்கிறார். அவர் பாலக்காட்டு மணி ஐயரின் மகன். இருவரும் பரஸ்பரம் மரியாதையும் நம்பிக்கையும்

கொண்டிருந்தனர். ராஜாராம் மிகச் சிறந்த வயலின் இசைக் கலைஞன் என்று கமல் கருதியிருக்கிறார். கமல் ஒரு மலரும் வயலின் இசைமேதை என்று ராஜாராம் கருதியிருக்கிறார். 'ராஜாராம் என்னை பலரிடம் அழைத்து சென்று, இவன் ஒரு மேதை, இவனுக்கு எல்லாம் தெரியும் என்று சொல்லிக்கொண்டே இருப்பார். ஆனால், எனக்கு வயலின் வாசிக்கத் தெரியாது. அதைப்பற்றிப் பேச மட்டுமே முடியும். இந்த சங்கோஜமான சூழலிலிருந்து எப்படி என்னை விடுவித்துக்கொள்வது என்று எனக்கு தெரியவில்லை.' இதனாலேயே கமலுக்கு அந்தக் காலகட்டத்தில் ஒரு பயமும் அலட்சியமும் இருந்திருக்கின்றன. 'நம்மால் செய்ய முடியாத விஷயத்தை நாம் வெறுக்கத் தொடங்கிவிடுவோம். இசைக்கருவிகளை கற்றுக்கொள்ள அதிகம் மெனக்கெட வேண்டும்.'

நான் ராஜராமுடன் பேசினேன். அவரும் சில சம்பவங்களை நினைவுகூர்ந்தார். அவர்களுக்கு பதினொரு வயது இருக்கும்போது, மாவட்ட கல்வி அதிகாரி முன் அவர்களை கலை நிகழ்ச்சி செய்யச் சொன்னார்களாம். ராஜாராம் வயலின் வாசித்திருக்கிறார். கமல், தவளை கத்துவதுபோலவும், வேறு சில மிருகங்கள்போலவும் மிமிக்ரி செய்திருக்கிறார். பின்னொரு நாள் 'அவள் ஒரு தொடர்கதை' படத்தில் இதைச் செய்தார் என்பது குறிப்பிடத்தக்கது. ஒரு ஹாலிவுட் நடிகரால் கமல் அதிகம் கவரப்பட்டிருக்கிறார். அதைப்பற்றியும் ராஜாராம் பேசினார். அந்த நடிகரின்

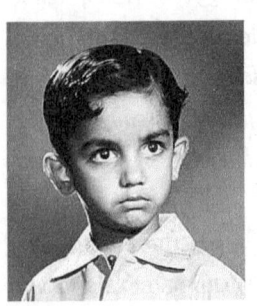

பெயர் அவருக்கு ஞாபகம் இல்லை. அந்த நடிகர் ஒரு படத்தில் பட்டாம்பூச்சி பிடிப்பதுபோல் வரும் காட்சியை கமல் அப்படியே நடித்துக் காண்பிப்பாராம். 'அவர் மிகவும் அழகாக நடித்து காண்பிப்பார்; அந்த அறையில் நிஜ பட்டாம்பூச்சி இருக்கிறதோ என்று நம்மை எண்ண வைத்துவிடும்.'

பின், கமல் தான் 'அண்ணாச்சி' என்று மரியாதையாக அழைக்கும் டி.கே.சண்முகம் அவர்களைப்பற்றி பேசினார். கமலுக்கு பத்து அல்லது பன்னிரெண்டு வயது இருக்கும்போது டி.கே.சண்முகம் அவர்களின் நாடகக்குழுவில் இணைந்திருக்கிறார். கத்திச் சண்டையையும், நடனக் கலையையும், இன்னப்பிற சண்டைக் கலைகளையும் கமல்

ஹாசன் கற்றுத்தேர்ந்தது அங்குதான். 'டேன்ஸுன்னு என்னமோ சொல்றாங்களே.... நாமளும் கொஞ்சம் கையக் காலை ஆட்டிப் பாக்கலாமே என்ற நப்பாசை எனக்கு அங்குதான் வந்தது' என்று கமல் என்னிடம் சொன்னதும், இந்த நூற்றாண்டின் பவ்யமான பேச்சு இதுவாகத்தான் இருக்கக்கூடும் என்று எண்ணிக்கொண்டேன்.

॰॰॰

'டிகேஎஸ் நாடக சபாவில்தான் என்னை ஒரு பாடகனாக அடையாளம் கண்டுகொண்டேன் என்று நினைக்கிறேன்' கமல் குறிப்பிட்டார். ஆனால் இது எதிர்பாராதவிதமாக, சற்றே கடினமான சூழலில் நடந்தது. 'அப்பாவின் ஆசை' என்ற மேடை நாடகத்தை அவர்கள் அரங்கேற்றிக்கொண்டிருந்த காலமது. அந்த நாடகத்தில் பாடல்களும் இடம் பெற்றிருந்தன. கமலுக்குப் பாடத் தெரியும் என்பது நாடகக்குழுவைச் சேர்ந்த யாருக்கும் தெரிந்திருக்க வில்லை. அதனால் ஒரு பழைய டேப் ரிக்கார்டரில் பாடல்களை ஓட விட்டுவிட்டு, கமலை வாய்மட்டும்

கமலுக்குப் பாடத் தெரியும் என்பது நாடகக்குழுவைச் சேர்ந்த யாருக்கும் தெரிந்திருக்கவில்லை. அதனால் ஒரு பழைய டேப் ரிக்கார்டரில் பாடல்களை ஓடவிட்டுவிட்டு, கமலை வாய்மட்டும் அசைக்கச் சொல்லியிருக்கிறார்கள். ஒருநாள், திடீரென்று அந்த டேப் அறுந்துவிட்டது.

அசைக்கச் சொல்லியிருக்கிறார்கள். ஒருநாள், திடீரென்று அந்த டேப் அறுந்துவிட்டது. அந்த சாயங்கால வேளையில் மேடையில் ஓடிக்கொண்டிருந்த காட்சி இதுதான். ஒரு தாய் இறந்து கொண்டிருக்கிறாள். அந்தக் கடைசி தருணத்தில் அவளுக்காகத் தன் மகன் ஒரு பாடல் பாட வேண்டும் என்று ஆசைப்படுகிறாள் (கமல்தான் மகனாக நடித்திருந்தார்). எத்தகைய சூழலிலும் நாடகம் நிற்பதை விரும்பாத சண்முகம் அண்ணாச்சி கமலை நோக்கி, 'உனக்குதான் வரிகள் தெரியுமே, பாடு!' என்று மேடைக்கு வெளியே இருந்து சொல்லியிருக்கிறார். 'உழைத்துப் பிழைக்க வேண்டும்...' என்று கமல் பாடத் தொடங்கியிருக்கிறார். கதையில், அத்தகைய சூழலுக்குப் பொருந்தாத பாடல்தான். கதைப்படி அந்தத் தாய் இறந்துவிட்டாள். ஆனால், கதையில் எழுதப்படாத ஒன்று அங்கே அரங்கேறியது:

ஒரு புதிய பாடகன் பிறந்தான்!

'என்னால் பார்வையாளர்கள் முன்பு தைரியமாகப் பாட முடியும் என்பதை அப்போதுதான் உணர்ந்தேன்'

கமல் ஹாசன் மேலும் தொடர்ந்தார். 'ஆனால், பின்னணி பாடல் பாடுவதுபோல் மைக் முன்பு பாட மாட்டோம். மைக் தூரத்தில் இருக்கும்.' அவ்வையார் என்ற நாடகத்தில் கமல் பால முருகன் வேடம் பூண்டிருக்கிறார். காட்சிகளில், மரத்தின் மேல் ஏறி படுத்துக்கொண்டு நாட்டுப்புற பாடல்களைப் பாடி நடித்திருக்கிறார்.

கமல் தன் வாழ்க்கைக் கதையை விவரிக்கும்போது, அதில் நிறைய பிரபலங்கள் துணைக் கதாபாத்திரங் களாக வந்து போனார்கள். கமலுக்கு, கர்நாடக சங்கீதத்தின் அடிப்படைகளை கற்றுத்தந்தவர் மதுரை வெங்கடேசன். எஸ்.ஜி.கிட்டப்பாவின் சகோதரர் எஸ்.ஜி. காசி ஐயர், முருகக் கடவுளைப்பற்றிய நாடகமான 'அறுபடை வீடு' என்ற நாடகத்துக்கு இசையமைத்ததைப்பற்றி கமல் பகிர்ந்துகொண்டார். அவர், சவுண்ட் எஃபக்ட்ஸுக்கு ஏற்ப மிகத் துல்லியமாக இசையமைப்பாராம். உதாரணமாக, கதவு திறக்கும் சப்தத்துக்கு ஏற்ப ஸ்வரங்களைப் பொருத்துவாராம்.

கமலின் வீட்டுக்குப் பின்புறத்தில் கேபி. சுந்தராம்பாள் வசித்திருக்கிறார். கமல் தன் வகுப்பு தோழனும் கேபி. சுந்தராம்பாள் அவர்களின் வளர்ப்பு மகனுமான கணபதி சுப்ரமணியத்தைப் பார்ப்பதற்காக சுவர் ஏறிக்குதித்து அங்கே செல்லும்போதெல்லாம், சுந்தராம்பாள் கமலுக்காக ஆப்பம் சுட்டுத் தந்திருக்கிறார். கமலுக்காக அவர் பாடல்களும் பாடியிருக்கிறார். ('வெள்ளந்தியாக நான், 'பழம் நீ அப்பா...' பாடலை அவர் முன் பாடிக்காட்டுவேன், அதையும் அவர் பொறுத்துக்கொண்டார்') மேலும் அவர் மயிலாப்பூர் கௌரி அம்மாளைப்பற்றி பேசினார். 'அவர் மடியில் ரங்கநாத தோரணையில்

படுத்துக்கொள்ளும் பாக்கியம் எனக்கு கிடைத்தது. படுத்துக்கொண்டே என் அக்கா நடனம் கற்றுக்கொள்வதைப் பார்ப்பேன். சில நேரங்களில், கௌரி அம்மாள் என் தோளிலும் கன்னத்திலும் தாளம் தட்டுவார்.'

கமலின் இசைக் கல்வியில் முக்கியப் பங்கு வகித்த இன்னொரு பிரபலத்தைச் சந்திக்க வேண்டுமென்றல், கதையை 1980ஆம் ஆண்டுக்குக் 'கட்' செய்யவேண்டும். கமல் மிகவும் பிஸியான நடிகராக வலம் வந்த காலம் அது. அவர் மதுரை வெங்கடேசனின் இசை வகுப்புக்குச் சென்று பத்து வருடம் ஆகியிருந்தது. மேலும், பத்து வருடங்களாக அவர் இசையில் எதையும் புதிதாகக் கற்றுக்கொள்ளவுமில்லை.

அவர் பாம்பேயில், கரிஷ்மா (டிக் டிக் டிக் படத்தின் ஹிந்தி ரீமேக்) படப்பிடிப்பில் இருந்தார். அப்போது அவருக்கு ஒரு விபத்து ஏற்பட்டு, கால் உடைந்தது. அதனால் சென்னை திரும்பிட முடிவு செய்து, இரண்டு டிக்கெட் வாங்கிக்கொண்டு விமானத்தில் ஏறியிருக்கிறார். ஒரு டிக்கெட் அவருக்கு. இன்னொன்று உடைந்த தன் காலை நீட்டிக் கொள்வதற்காக முன்னிருக்கையின் டிக்கெட். அவரது அருகில் அமர்ந்திருந்த ஒருவர் கமலின் இந்த அவல நிலையைப்பார்த்து, 'இந்த காயங்கள் ஆற பல மாதம் ஆகுமே! அதுவரை என்ன செய்யப்போகிறாய்?' என்று கேட்டிருக்கிறார். 'தெரியவில்லை' என்று கமல் பதில் அளித்திருக்கிறார். கமலுக்கு 'இசையில் ஆர்வமுண்டா' என்று அவர் கேட்க, கமல் 'ஆம்' என தலையசைத்திருக்கிறார்.

'எதுவும் செய்யாமல் நேரத்தை வீணடிப்பதற்கு பதில், நீ ஏன் என்னிடம் இசை கற்றுக்கொள்ளக் கூடாது?' என்று கேட்டிருக்கிறார். கமல் அவர் கேலியாக பேசுகிறார் என்றே நினைத்திருக்கிறார். ஆனால் மறுநாளே அவர் கமலின் வீட்டுக்கு வந்து கமலை ஆச்சரியப்படுத்தியிருக்கிறார். அவர் வேறு யாருமில்லை பால முரளிகிருஷ்ணாதான்!'என் குரு என்னைத் தேர்ந்தெடுத்தார்' கமல் ஹாசன் சொன்னார். அப்படியாக சிஷ்யரின் கால் அந்தரத்தில் மிதக்க வகுப்புகள் ஆரம்பமாகின.

கமல் என்னவெல்லாம் கற்றிருக்கிறார் என்று பாலமுரளிகிருஷ்ணா கேட்டிருக்கிறார். கிட்டத்தட்ட 30க்கு மேல் கீர்த்தனைகள் தனக்குத் தெரியும் என்று கமல் உற்சாகமாகச் சொல்ல, பாலமுரளிகிருஷ்ணா கமலைப் பாடச் சொல்லியிருக்கிறார். கமல் பாடி முடித்ததும், 'சரி, நாம் கீதத்திலிருந்து ஆரம்பிப்போம்' என்று பொறுமையாகச் சொல்லியிருக்கிறார் பால முரளிகிருஷ்ணா. இதை இப்போது நினைத்து கமல் சிரித்தார். 'அவர் என்ன நினைத்துக்கொண்டு கீதம் பாடச் சொன்னார் என்று எனக்குத் தெரியும். மேடை அரங்கேற்றம் செய்ய என்னைத் தயார் செய்யவேண்டும் என்பதே அவர் நோக்கம். ஆனால், அந்த அளவுக்கு நான் இசையைக் கற்றுக்கொண்டிருக்கவில்லை. எப்போது மேடையில் பாடப்போகிறேன் என்று அவர் என்னை இன்றளவும் கேட்டு வருகிறார்.'

கமலின் கால் காயம் ஆறத்தொடங்கிய பின், 'என் வீட்டில் வகுப்பை வைத்துக்கொள்ளலாம்' என்று பாலமுரளிகிருஷ்ணா சொல்லியிருக்கிறார். கமலும் குருவின் வீட்டுக்குச் சென்று இசை பயிற்சியைத் தொடர்ந்தார். நொண்டிக்கொண்டே அவர் வீட்டுக்குள் சென்று சோபாவில் அமர்ந்துக்கொண்டு இசையை

கற்றிருக்கிறார். ஒருநாள், 'உன் கால் முழுவதும் குணமாகிவிட்டதா? உன்னால் நடக்க முடியுமா?' என்று பாலமுரளிகிருஷ்ணா கேட்க, கமலும் வேகமாக 'ஆம்' என்றிருக்கிறார். உடனே பாலமுரளிகிருஷ்ணா சொல்லியிருக்கிறார், 'அப்படியானால், இனிமேல் தரையில் அமர்ந்து பாடத்தைக் கற்றுக்கொள்.'

இந்த வகுப்பு ஒன்றரை வருடங்கள் நடந்ததாக கமல் சொன்னார். அவர் கற்றுக்கொண்ட ஏதாவது ஒரு ராகத்தின் பெயரைச் சொல்லும்படிக் கேட்டேன். அவர் சில நொடிகள் யோசித்துவிட்டு, காபி ராகத்தை பாட தொடங்கினார். ஸ்ரீ ரகுராம சாமர பீம...அவர் பல்லவியின் இந்த முதல்வரியுடன் முடித்துக்கொள்வார் என்று நினைத்தேன், ஆனால் அவர் தொடர்ந்து பாடினார், பாடினார்... பாடிக்கொண்டேயிருந்தார்.

சசி மௌலி வினுத சீத ராமன... முகெந்து லலிதா ஹாச பரியதி

பின் அவர் ஸ்வரங்களைப் பாடினார்.

ப த நி ப ம ரி ரி க ம ரி ச/ ப த ப ச நி ப த நி ப ம ரி க ம...

ரமண...

ரி க ம...

மிக அழகாக லயத்துடன் பாடி பாடலை நிறுத்தினார். பாடல் அவருக்கு முழுவதும் ஞாபகம் இருப்பதற்கு காரணம் இருக்கிறது. அவர் 'மூன்றாம்பிறை' படத்துக்காகச் சிறந்த நடிகருக்கான தேசிய விருது பெற புதுடெல்லி செல்லவிருந்த தருவாயில் கற்றுக்கொண்ட பாடலாம் இது. அதனால்தான் அந்த பாடல் இன்றளவும் நினைவிலிருக்கிறது என்றார்.

கால் முழுவதும் குணமானபின் மீண்டும் படங்களில் நடிக்கத் தொடங்கிவிட்டார். பின், தனக்கு நேரம் கிடைக்கும்போதெல்லாம், பாலமுரளிகிருஷ்ணாவிடம் சென்று இசை பயின்றிருக்கிறார். இப்படியே நாட்கள் ஓடிக்கொண்டிருக்க, இசைக்குறிப்புகளை எழுதி வைத்திருந்த புத்தகத்தை ஒரு படப்பிடிப்பின்போது கமல் எங்கோ தொலைத்துவிட்டாராம்.

'நான் புத்தகத்தைத் தொலைத்ததில் அவருக்கு வருத்தமிருந்தது என்றே நினைக்கிறேன். பின் நான் பிஸியாகிவிட்டதால் அவருடன் தொடர்பில் இருக்க முடியவில்லை. இல்லையேல், இன்று நான் அவருடைய மாணவனாக 22 வருடங்களை பூர்த்தி செய்திருப்பேன்' அவர் இதை சொன்னதும் மேடையில் பாடவேண்டும் என்ற குருவின் கனவைப்பற்றிக் கேட்டேன். கமல் சிரித்தார். 'என்னால் மேடையில் பாட முடியும் என்று பாலமுரளி கிருஷ்ணா சொல்வது, 'நடிப்பு ரொம்ப ஈசிப்பா' என்று சிவாஜி சொல்வதற்கு சமம். நாம் அதை சீரியஸாக எடுத்துக்கொள்ளக்கூடாது.'

நான் அவரை ஜூன் மாதத்தில் சென்னையில் மீண்டும் சந்தித்தபோது, மேடை நாடகத்தைபற்றி கடைசியாக ஒரு கேள்வி கேட்டேன். அவர் மேடையில் நடிப்பதை மிஸ் செய்கிறாரா? படங்களுக்கிடயே மேடையில் நடிக்க வேண்டும் என்ற எண்ணம் அவருக்கு இல்லையா? ரிச்சர்ட் பர்டன் அதைச் செய்தார், டென்சல் வாஷிங்டன் அதைச் செய்துகொண்டிருக்கிறார் என்றும் குறிப்பிட்டேன். 'ஆம்' என்றே பதிலளித்தார். 'நான் மீண்டும் மேடை நாடகங்களில் நடித்தாலும், அதையும் தொலைக்காட்சி மூலம் நிறைய

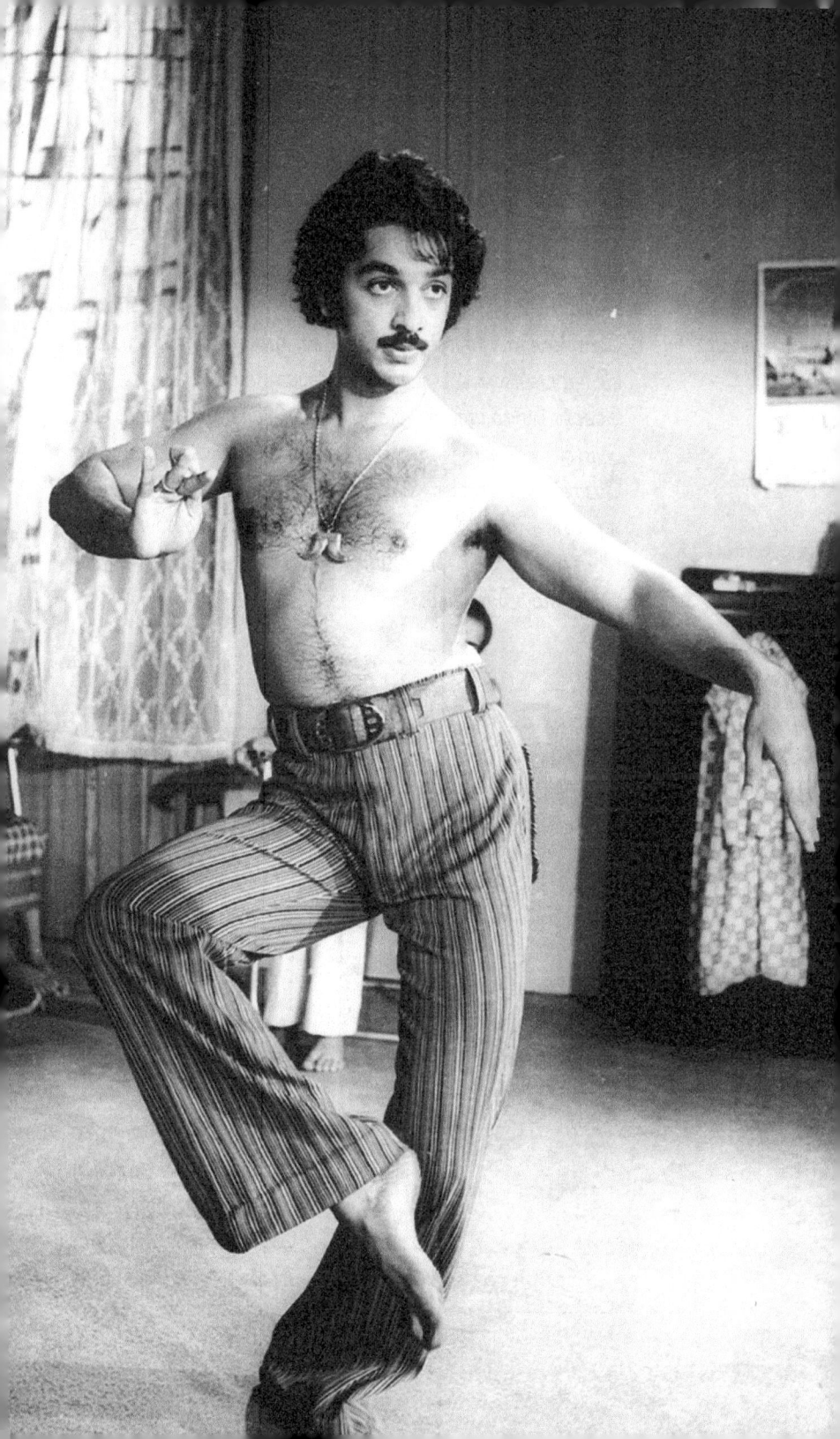

மக்களிடையே எடுத்து செல்ல வேண்டும் என்றே விரும்புவேன். தன் கலையைப் பலரிடம் எடுத்துச் செல்ல முடியாததே நாடகக் கலைஞனின் சாபம். ஆனால், டெக்னாலஜி சார்ந்து இயங்குவது எனக்குப் பழகிவிட்டது.' இதற்கு அவர் ஒரு அழகான உவமை சொன்னார். 'நான் ஓடவே விரும்புகிறேன். நடக்க விரும்பவில்லை. உடல் ஒத்துழைக்காத பட்சத்தில் வேண்டுமானால் நடக்கலாம்.' இப்படித்தான் அவர் அடிக்கடி சூழ்நிலைக்கு ஏற்றவாறு உவமையை யோசித்து, அதை கொஞ்சம் திரித்து சூழ்நிலைக்கு சம்மந்தம் இல்லாமல் ஏதோ கேலியாகப் பேசுவதுபோல் பேசுவார். ஆனால், அதில் நிறைய அர்த்தம் இருக்கும்.

※

பின் நாங்கள் படங்களைப்பற்றியும், படங்களுக்கு அவர் பாடியதுபற்றியும் பேசினோம். முதலாவதாக 'அந்தரங்கம்' படத்தில் இடம்பெற்ற 'ஞாயிறு ஒளி மழையில்' பாடல் பற்றிப் பேசினோம். அந்தப் படத்தில் கமல் ஒரு அழகுக்கலை நிலையத்தின் மேலாளராக நடித்திருப்பார். அழகான தோற்றம் பெற அங்கே

நான் மீண்டும் மேடை நாடகங்களில் நடித்தாலும், அதையும் தொலைக்காட்சி மூலம் நிறைய மக்களிடையே எடுத்து செல்ல வேண்டும் என்றே விரும்புவேன். தன் கலையைப் பலரிடம் எடுத்துச் செல்ல முடியாததே நாடகக் கலைஞனின் சாபம்.

பல பெண்கள் வருவார்கள். கமலின் கைகளால் அடிக்கடி அளவெடுக்கப்படுவார்கள். படப்பிடிப்பு இடைவெளிகளில் கமல் ஏதாவது பாடலை முணுமுணுத்துக் கொண்டிருப்பாராம். ஒரு நாள் ஒரு கீர்த்தனையைப் பாடிக்கொண்டிருக்கும்போது, படத்தின் இயக்குனர் ‘முக்தா’ ஸ்ரீனிவாசன் பார்த்துவிட்டார். ஆச்சரியமடைந்த ஸ்ரீனிவாசன், கமலை ஒரு பாடல் பாட வைக்க முடிவு செய்து அவரை இசையமைப்பாளர் ஜி.தேவராஜன் அவர்களிடம் அழைத்துச் சென்றிருக்கிறார். அவரை தேவராஜன் மாஸ்டர் என்றே அனைவரும் அழைத்தனர். தேவராஜன் மாஸ்டர், நடன இயக்குனர் தங்கப்பன் மாஸ்டரின் நெருங்கிய நண்பர். தங்கப்பன் மாஸ்டரிடம் கமல் சில காலம் உதவியாளராக இருந்ததால், தேவராஜன் மாஸ்டருக்கு கமலை நன்றாகத் தெரியும். பாடல் பதிவின்போது அவர் இந்தப் புதுப் பாடகனின் அருகில் நின்றுகொண்டு, கையை ஆட்டி ஆட்டி கண்டக்ட் செய்திருக்கிறார். ‘அவரைப் பார்த்து பயந்தேன். அந்த பயம் அந்தப் பாடலில் தெளிவாக வெளிப்பட்டிருப்பதை நீங்கள் உணரலாம்.’

அதே 1975ஆம் ஆண்டில், 'அபூர்வ ராகங்கள்' படத்தில் கமலின் கதாபாத்திரம் மிருதங்கம் வாசிக்க வேண்டும் என்று கே.பாலசந்தர் சொல்லியிருக்கிறார். அதற்காக கமல் ஏழு மாதம் மிருதங்கம் பயின்றிருக்கிறார். 'அதனால்தான் படத்தில் என்னால் தத்ரூபமாக மிருதங்கம் வாசிக்க முடிந்தது' என்றார் கமல். அவரைச் சுற்றி எங்கும் இசை நிரம்பி இருந்திருக்கிறது. அவர், தன்னுடன் நடித்த நடிகைகளான மலையாள நடிகை ஸ்ரீலலிதா, ஸ்ரீவித்யா ஆகியோரைப்பற்றிப் பேசினார். ஸ்ரீலலிதா இசையமைப்பாளர் தக்ஷிணமூர்த்தி அவர்களின் மாணவி. எம்.எல். வசந்தகுமரி அவர்களின் மகள் ஸ்ரீவித்யா. 'நாங்கள் மிக நெருங்கிய நண்பர்கள். நான் அவர்களைப்பாடச் சொல்லிக் கேட்டுக்கொண்டே இருப்பேன்.' சில நேரங்களில் கமலும் அவரது நண்பர்களும் கங்கை அமரனின் இசைக்குழுவில் பாடியிருக்கிறார்கள்.

'திரைப்பட நடிகர்கள் லைட் ம்யூசிக்கில் பாடுவது அந்தக் காலகட்டத்தில் ஒரு புதிய விஷயமாக இருந்தது' கமல் சொன்னார். ஹிந்தி பாடல்களையும் தமிழ் பாடல்களையும் பாடியிருக்கிறார்கள். ஒரு நாள் 'சினிமா எக்ஸ்பிரஸ்' இதழ் ஏற்பாடு செய்திருந்த விழாவில் பாட இவர்களுக்கு அழைப்பு வந்திருக்கிறது. ஹாரி நீல்ஸன் எழுதி, பிற்காலத்தில் த்ரீ டாக் நைட் இசைக்குழுவால் பிரபலமான 'ஒன்' என்ற பாடலைப் பாடலாம் என்று கமல் சொல்லியிருக்கிறார். பார்வையாளர்களுக்கு இந்தப் பாடல் புரியுமா என்று சிலர் கேட்டிருக்கின்றனர். அவர்களால் சமஸ்கிருத ஸ்லோகங்களைப் 'புரிந்துகொள்ள' முடியுமென்றால், இந்தப் பாடலையும் புரிந்துகொள்ளமுடியும் என்று கமல்

சொல்லியிருக்கிறார். 'எல்லாம் ஒன்றுதான். எல்லாமே இசைதான்' என்னிடம் மீண்டும் சொன்னார்.

கமலின் கதையை அறிந்தவர் அனைவருக்கும் இந்த நிகழ்வு தெரிந்திருக்கும். ஆனால் அவரின் வாயினால் அதைக் கேட்பது சுவாரஸ்யமானதாக இருந்தது. ஹாரி நீல்ஸன் எழுதிய பாடல் மிட் ரேஞ்ச் பாடல். பிற்காலத்தில், த்ரீ டாக் நைட் குழு அதே பாடலை ஹையர் நோட்டில் பாடினார்கள். கமல் என்முன் அந்த பாடலைப் பாடும்போது, ஒரு படி மேலேபோய், மற்ற இரண்டு வெர்ஷன்களிலும் இல்லாத அளவுக்கு, உச்ச ஸ்வரத்தில் பாடினார். இப்படிதான் அவர் அன்று அந்த விழாவிலும் பாடியிருக்கக்கூடும். பார்வையாளர்கள் கைதட்டி ரசித்தனர். மிக அழகாக கமல் உச்ச ஸ்வரத்தை அடைந்ததை பார்வையாளர்களில் ஒருவராக அமர்ந்து கூர்மையாகக் கவனித்துக்கொண்டிருந்தார் இளையராஜா!

✦

அப்படிதான் கமலுக்கு 'சிகப்பு ரோஜாக்கள்' படத்தில் 'நினைவோ ஒரு பறவை' பாடல் பாட வாய்ப்பு கிடைத்தது. கமல் ஹை நோட்ஸைக் கையாண்ட விதம் தனக்குப் பிடித்திருந்ததாக இளையராஜா சொல்லியிருக்கிறார். மேலும், அந்த பாடலை மீண்டும் பாடும்படிக் கேட்டிருக்கிறார்.

ஒன் இஸ் தி லோன்லியஸ்ட் நம்பர்...

கமல் பாட, இளையராஜா தன் மனதில் இந்த வரிக்கு நிகரான ஒரு வரியை உருவாக்கியிருக்கிறார். 'நினைவோ ஒரு பறவை' பாடலின் பல்லவியில் இடையிடையே வந்துவிட்டு போகும் பா பா பா பா பா என்ற வரிதான் அது.

'என்னால் என்ன தர முடியுமோ, அதை அவர் பயன்படுத்திக்கொண்டார்.' கமல் ஹாசன் இப்படிச் சொன்னது, இளையராஜா ஓர் இரும்புக் கரம் கொண்ட சர்வாதிகாரி, எப்போதும் இன்புட்கள் அவரிடமிருந்து மட்டுமே வரும் என்று சிலநேரங்களில் இங்கே நிலவிவந்த கருத்தை உடைப்பதாக இருந்தது. இளையாராஜவைப்பற்றி கமல் மேலும் விவரித்தார்.

ஒரு நாள் இளையராஜா, பாடல்பதிவு ஒத்திகையின் போது, ஒரு நாகஸ்வர கலைஞர் சீவாளியை ஊதி தன்னை தயார்படுத்திக் கொண்டிருப்பதைப் பார்த்திருக்கிறார். இந்த சீவாளி இசையை, ஹேராம் படத்தில் வசுந்தரா தாஸ் கதாபாத்திரம் பாடும் 'வைஷ்ணவ ஜனதோ' பாடல், 'வாரணம் ஆயிரம்' பாடலாக மாறும் இடத்தில் அழகாகப் பயன்படுத்தியிருக்கிறார். 'சீவாளி ஊதும் சப்தத்தை சினிமாவில் அதற்கு முன் யாரும் பயன்படுத்தவில்லை என்றே நினைக்கிறேன். அவர், நம்மால் என்ன தர முடியுமோ அதை எடுத்துக்கொண்டு, அதை வைத்து இதுபோன்ற வித்தியாசமான இசைகளை உருவாக்குவார்.'

இது இருக்கட்டும். மீண்டும், 'நினைவோ ஒரு பறவை' பாடல் பதிவு செஷனுக்குள் பயணிப்போம். கமல் பாடி முடித்ததும், 'ஹேய். நல்லா இருக்குய்யா. மதியானம் பாட்டையும் நீங்களே பாடிருங்க' என்று இளையராஜா கமலிடம் சொல்லியிருக்கிறார். அந்த மற்றொரு பாடல்தான், 'அவள் அப்படித்தான்' படத்தில் இடம்பெற்ற 'பன்னீர் புஷ்பங்களே' பாடல். இதை கமல் சொன்னதும், நான் ஸ்தம்பித்துப் போனேன். இளையராஜாவின் படைப்பாற்றலைக் கருத்தில் கொள்ளும்போது, ஒரே நாளில் பல பாடல்களை பதிவு செய்வதென்பது சாதரணமான விஷயமாகத் தோன்றுகிறது. ஆனால், ஒரே நாளில் இரண்டு கிளாசிக் பாடல்களை (வேறு எந்த வார்த்தையாலும் அந்தப் பாடல்களைக் குறிக்கமுடியாது), முன் கூட்டியே திட்டமிடாமல் மிகவும் கேஷுவலாக உருவாக்கியிருக்கிறார்கள். அதுவும் பாடகரையே காலையில்தான் தேர்ந்தெடுத்திருக்கிறார்கள் என்று அறியும்போது ஸ்தம்பித்துப் போகாமல் என்ன செய்வது!

'பன்னீர் புஷ்பங்களே' பாடலில், 'ராகம் பாடு' என்ற வரியில் சிறு கமகம் இடம்பெற்றிருக்கும். அதைப் பற்றி கமலிடம் கேட்டேன். கமலின் கிளாசிக்கல் இசைப் பயிற்சியைக்கொண்டு அவரே இந்த வரியை இம்ப்ரவைஸ் செய்தாரா இளையராஜா பாடலையே அப்படிதான் கம்போஸ் செய்தாரா என்று தெரிந்துகொள்ளும் ஆர்வத்தினால் அப்படிக் கேட்டேன். அதற்கு கமல் சொன்னார்: 'அது எவ்வளவு தூரம் எடுபடும் என்று ராஜாவுக்குத் தெரியும். 'அவ்வளவு வேண்டாம். கொஞ்சம் கொறச்சுக்கோங்க' என்று சொல்வார். அவர் சொல்லும்படிச் செய்யும் போது, வழக்கமான கமகத்திலிருந்து நம் பாடல் வித்தியாசப்பட்டு தெரியும். 'சுந்தரி நீயும்...' பாடலை என்னிடமே விட்டுவிட்டார்'. கமல், 'சுந்தரி நீயும்' பாடலில் சரணத்தையும் பல்லவியையும் இணைக்கும்

அகாரத்தை பெர்ஃபெக்டாக ஹம் செய்து காட்டியிருக்கிறார். அதைக் கேட்டதும் இளையராஜா, 'சரி சரி, ஜமாய்' என்று கமலிடம் சொல்லியிருக்கிறார்.

இளையராஜாவைத் தன்னுடைய குருக்களில் ஒருவராகக் கருதுவதாக கமல் குறிப்பிட்டார். 'நடிப்பில் செய்வதைப் போல்,

பின்னணி பாடலிலும் நம்மை சற்று அதிகம் வெளிக்காட்டிக் கொள்ள முடியும். அது அவருக்கு பிடிக்காது. 'உன் குரலுக்கு என்ன பொருந்துகிறதோ அதை செய். மற்றவர்களைப்போல் பாட முயற்சி செய்யாதே' என்று சொல்வார். எல்லாவற்றுக்கும் மேல், தங்கு தடையின்றி, அர்ப்பணிப்போடு எப்படிப் பாடுவதென்று அவர்தான் எனக்குக் கற்றுத்தந்தார். 'ரிலாக்ஸாக இரு' என்று சொல்வார். நான் அவருடன் பணியாற்றிய கிட்டத்தட்ட ஐம்பது பாடல் பதிவுகளிலும், எப்படி ரிலாக்ஸ் செய்துகொள்வது என்று எனக்குக் கற்றுத்தந்திருக்கிறார்.' கமல், ஹேராம் படத்தில் சந்நியாச மந்திரம் பாடியதைப்பற்றியும் பேசினார். அந்தப் பாடலில் அவர் தன் குரலைக் கட்டுப்படுத்திப் பாடியதாக அவரே குறிப்பிட்டார். மேலும், 'ஆடியன்ஸை மனதில் வைத்துக்கொண்டு பாடவேண்டும் என்று அவசியமில்லை. பாடுவது என்பது மிகவும் பெர்சனலான ஒரு விஷயம்' என்றும் கூறினார். இளையராஜா மிகவும் தோழமை உணர்வோடும், கேஷுவலாகவும் பல இசைப் பாடங்களைச் சொல்லிக் கொடுத்ததால், அப்போது

ஆடியன்ஸை மனதில் வைத்துக்கொண்டு பாடவேண்டும் என்று அவசியமில்லை. பாடுவது என்பது மிகவும் பெர்சனலான விஷயம்.

அவை பாடங்களாக கமலுக்குத் தோன்றவில்லை. 'பெரிய டெக்னிகல் டெர்ம்ஸ் எதுவுமின்றி, மிகவும் சிம்பிளாக எந்த ஆடம்பரமுமின்றி அவர் சொல்லிக்கொடுத்த முறையிலிருந்து, எப்படிப் பாடம் நடத்தவேண்டுமென்ற பாடத்தையும் கற்றுக்கொள்ளலாம்.'

༺༻

'1977க்குப் பின், நான் வேறொரு இசையமைப்பாளரை தேடிச் சென்றதாக நினைவில்லை' கமல் என்னிடம் சொன்னார். இங்கே அவர் பயன்படுத்திய 'நான்' என்ற வார்த்தை என்னைச் சற்று குழப்பத்தில் ஆழ்த்தியது. ஏனெனில் அவர் அந்தக் காலத்தில் படங்களில் நடிக்க மட்டுமே செய்தார். இயக்கவில்லை. இசையமைப்பாளரிடம் செல்லும் வேலையெல்லாம் இயக்குனருடைய தானே? பின்தான் விளங்கியது. அவர் குறிப்பிடும் காலகட்டத்தில், ஒருவர் தன் விருப்பத்துக்கேற்ப ஃபிலிம்மேக்கிங் பிராசஸின் எந்தக் கட்டத்திலும் தன்னை ஈடுபடுத்திக் கொள்ளலாம். அந்தக் காலத்தில், ஒரு நடிகர் படப்பிடிப்புத் தளங்களில் மட்டும் இருக்கவேண்டும் என்று அவசியமில்லை. இயக்குனர், இசையமைப்பாளர் ஆகியோருடன் இணைந்து இசை அமர்வுகளில் பங்கேற்கலாம். கே.பாலசந்தர் அவர்களுடன் பல இசை அமர்வுகளில் கமல் பங்கேற்றிருக்கிறார். கே.பாலசந்தரின் படங்களைப் பொறுத்தவரையில், கமல் ஒரு கம்பெனி நடிகர் என்றே சொல்லவேண்டும். அந்த அமர்வுகள், படம் இயக்கத் தொடங்கியபின் தனக்குப் பெரிதும் உதவியதாக கமல் குறிப்பிட்டார். தான் எதிர்பார்க்கும் இசை இதுவல்ல; அல்லது இந்த இசையை இன்னும் கொஞ்சம் மாற்றலாம் என்றெல்லாம் தன்னால் இசையமைப்பாளரிடம்

சொல்ல முடிந்ததற்கு அந்த அமர்வுகளே காரணம் என்றும் குறிப்பிட்டார். 'கேபி மற்றும் ராஜாவுடனான என் அமர்வுகள் எனக்கு நம்பிக்கையைத் தந்தன.'

1977 க்குப் பின் வேறொரு இசையமைப்பாளரை தேடிச் சென்றதில்லை என்று சொல்வதன்மூலம் அவர் 'பதினாறு வயதினிலே' படத்துக்குப் பின் வேறு யாரிடமும் செல்லவில்லை என்று குறிப்பிடுகிறார் என்றே நினைக்கிறேன். ஏனெனில், இளையராஜா இசையமைத்து கமல் கதாநாயகனாக நடித்த முதல் படம் அதுதான். இந்தக் கூட்டணி 1990களின் மத்திவரை தொடர்ந்தது. அந்தக் காலகட்டம்வரை, இளையராஜா இசையமைக்காத தமிழ் படங்கள் அரிதாகவே வந்தன. அப்போது, கமல் - இளையராஜா கூட்டணி தந்த வெற்றிப் பாடல்கள் ஏராளம். 1977யில் ஆட்டுக்குட்டி முட்டையிட்டு, 78யில் ஒரே நாள் உனை நான், 79யில் நினைத்தாலே இனிக்கும், 80யில் அழகு ஆயிரம், 81யில் அந்திமழை பொழிகிறது என பட்டியலிட்டுக்கொண்டே போகலாம்.

கமல், 'ராஜபார்வை' படத்தில் இடம்பெற்ற 'அந்திமழை பொழிகிறது' பாடலின் கம்போசிங் செஷன்பற்றிப் பேசினார். அந்த படம், கமல் ஹாசன் தயாரித்து சிங்கீதம் ஸ்ரீனிவாச ராவ் இயக்கிய படம். 'சிங்கீதம் மென்மேலும் ட்யூன்கள் வேண்டுமென்று கேட்டுக்கொண்டே இருப்பார். அந்தக் காலகட்டத்தில், ராஜா நிறைய ஆப்ஷன்கள் கொடுப்பார். இந்தப் பாடலுக்காக ஒன்பது ட்யூன்களை உருவாக்கினார். அவர் முதலில் உருவாக்கியதுதான் சிறந்த ட்யூன் என்று எனக்குத் தெரியும். நாங்களும் இறுதியில் அதையே தேர்ந்தெடுத்தோம்.'

இளையராஜாவுக்கும் தனக்குமான தொழில்முறை

பந்தத்தை விளக்க கமல் ஒரு நிகழ்வை உதாரணமாகச் சொன்னார். அது அவருடைய ஃபேவரைட் உதாரணம் என்றே நினைக்கிறேன். 'இஞ்சி இடுப்பழகி உருவான விதத்தைக்கொண்டு ஒரு படைப்பாளியின் மனம் எப்படி இயங்குகிறது என்பதை புரிந்துக்கொள்ளலாம்' கமல் சொன்னார். கமல், என்னதான் எதிர்ப்பார்க்கிறார் என்று இளையராஜா கேட்டுக்கொண்டே இருந்திருக்கிறார். என்னதான் எதிர்பார்க்கிறார் என்பதைத் துல்லியமாக வார்த்தைகளால் கமலால் விவரிக்க முடியவில்லை. 'நான் ராஜாவிடம், 'நீங்கள் தான் குழந்தை நல மருத்துவர்போல் செயல்படவேண்டும். ஒரு குழந்தைக்குத் தனக்கு என்ன பிரச்னை என்று சொல்லத் தெரியாது. நீங்கள்தான் கண்டுகொள்ள வேண்டும்' என்று சொன்னேன். அது ஒரு மோனோடோனஸ் ட்யூனாக இருக்க வேண்டும், மிக சிம்பிளான ஒரு மெலடி, மீண்டும் மீண்டும் வந்துகொண்டிருக்க வேண்டும் என்று கமல் கூறியிருக்கிறார். அகில இந்திய வானொலியில் 'வானொலி அண்ணா' நடத்திய பாப்பா மலர் நிகழ்ச்சியில் வரும் பாடல் போல் இருக்கவேண்டும் என்றும் சொல்லியிருக்கிறார். அந்த நிகழ்ச்சியில் பெரும்பாலும் குழந்தைகள் தயங்கித் தயங்கி இழுத்து இழுத்துப் பாடியிருப்பார்கள். அதற்கு இளையராஜா, 'நல்ல ஐடியாதான். அதிலிருந்து கேலியான பாடலை உருவாக்கிடலாம். ஆனால், எப்படி ஒரு ஜனரஞ்சகமான பாடலை உருவாக்குவது?' என்று கேட்டிருக்கிறார். உடனே கமல், 'ஏ தில் தீவானா ஹை' பாடலை பாடத் தொடங்கியிருக்கிறார். 'இஷ்க் பர் ஜோர் நஹின்' படத்துக்காக எஸ்.டி.பர்மன் இசையமைத்த பாடலது.

கமல் திடீரென்று என் முன் அந்த ஹிந்தி பாடலைப்

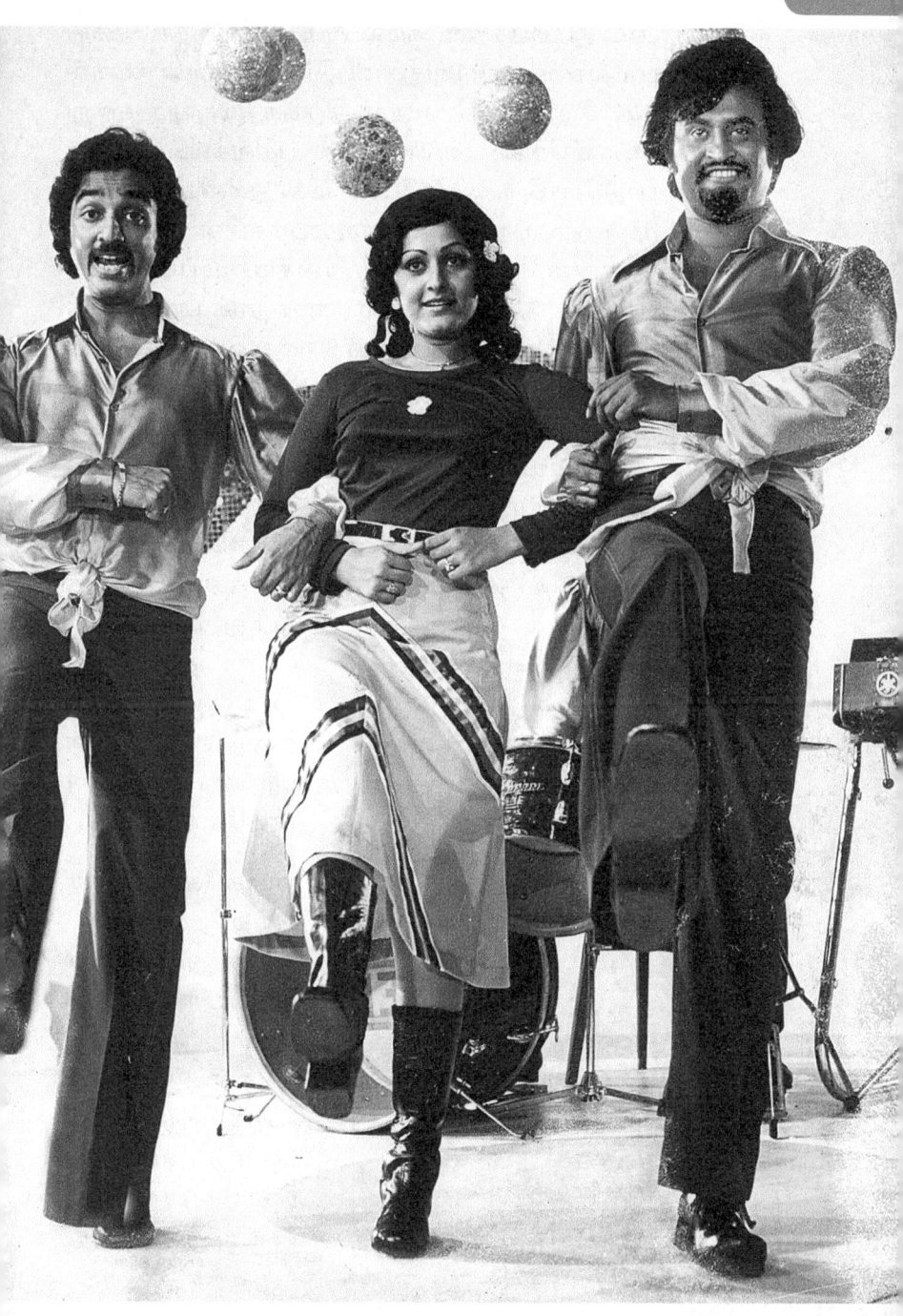

பாட ஆரம்பித்தார். கமல் இப்படி திடீர் திடீரென்று பாடல்களைப் பாடுவதுதான் இந்த நேர்க்காணல்களில் மிக சிறந்த விஷயமாக இருக்க முடியும் என்று எண்ணினேன். அவர் பாடல் பதிவுகளில் எப்படி பாடுவோரோ அதேபோல் மிக துல்லியமாக என் முன்னும் பாடினார். பாடிமுடித்தபின் என்னிடம் சொன்னார், 'வேறு இசையமைப்பாளரின் பாடலாக இருந்திருந்தால், ராஜா நான் பாடியதைக் கேட்டிருக்க மாட்டார். அவர் SD மீது ஒரு பிரத்தியேக மரியாதை வைத்திருந்தார்.' கமல் பாடி முடித்ததும், இளையராஜா ஹார்மோனியத்தின் மீது தாளம் தட்டத் தொடங்கியிருக்கிறார். பத்து நிமிடத்தில், அவர் SD பர்மனின் ட்யூனிலிருந்து புதிய டியூனை உருவாக்கி இருக்கிறார். 'அவர் ஒரு ஹிந்தி ட்யூனிலிருந்து தமிழ் டியூனை உருவாக்கினார் என்று அர்த்தம் கொள்ளக்

கூடாது. என்னுடைய கதையின் தேவையிலிருந்து அவர் டியூனை உருவாக்கினார் என்பதே உண்மை.'

'மைக்கேல் மதன காமராஜன்' படத்துக்காக திருப்பாவையில் வரும் 'மார்கழித் திங்கள்...' பாடல் போல் ஒரு பாடல் வேண்டும் என கமல் இளையராஜாவை கேட்டிருக்கிறார்.

> உண்மை என்னவென்றால், என் இசையமைப்பாளர்கள் அனைவரும் எனக்கு மிகவும் எளிதான பாடலையே கொடுத்திருக்கிறார்கள். அவர்கள் என்னிடம் அதிக கருணை காட்டியிருக்கிறார்கள் என்றே சொல்லவேண்டும். குறிப்பாக ராஜா, என்னுடைய திறமைகேற்ப பாடல்கள் இருக்கும்படி பார்த்துக்கொள்வார்.

அவர் ‘சுந்தரி நீயும்’ பாடலை எனக்காக உருவாக்கினார். இதையும் அவருடைய சொந்த ட்யூன் என்றே சொல்லவேண்டும். ஏனெனில், அவர் மார்கழித் திங்கள் பாடலில் அவ்வளவு மாற்றங்களைச் செய்து இந்த பாடலை உருவாக்கினார். யேசுதாஸ்தான் இந்தப் பாடலைப் பாடுவதாக இருந்தது. கமல் அந்தக் காலத்தில் நிறைய ‘சிங் டிராக்’ பாடுவார் (இப்போதைய டெம்ப் டிராக்தான் அக்காலத்தில் அப்படி அழைக்கப்பட்டது). பின் அந்த டிராக்கில், யேசுதாஸோ எஸ்.பி.பியோ வந்து இறுதி வெர்ஷனைப் பாடிக்கொடுப்பார்கள். பாடகர்களின் தேதிகள் கிடைக்கும்வரை, காத்திருக்க முடியாததால் படப்பிடிப்புக்காக தற்காலிக டிராக்கைத் தானே பாடி முழுப் பாடலையும் கையுடன் எடுத்துச் சென்றுவிடுவது கமலின் வழக்கம். அந்தவகையில், ‘சுந்தரி நீயும்’ பாடலின் சிங் டிராக்கை தான் பாடுவதாக இளையராஜாவிடம் கமல் சொல்லியிருக்கிறார். ஆனால் இறுதிப் பாடலையும் கமல் தான் பாட வேண்டுமென்று இளையராஜா வலியுறுத்தியதால், அதையும் கமலே பாடியிருக்கிறார்.

வேறொரு நிகழ்வையும் கமல் பகிர்ந்துகொண்டார்.

ஒரு நாள் அவர்கள் ஆஸ்கர் விழாவில், ஒரு குழு (குழுவா, தனி நபரா என்று கமலுக்கு சரிவர ஞாபகம் இல்லை), மார்பில் தட்டிக்கொண்டு பாடியவாறே பெர்ஃபார்ம் செய்ததைப் பார்த்திருக்கின்றனர். அதுபோன்றதொரு பாடல், அபூர்வ சகோதரர்கள் படத்துக்காகத் தனக்கு வேண்டும் என்று கமல் கேட்டிருக்கிறார். அப்படி கமலுக்கு கிடைத்த பாடல்தான், பப்பப்ப... பப்பப்பரி... புது மாப்பிள்ளைக்கு... பாடல். அவர் பாடிய பாடல்களிலேயே, மிகவும் கடினமான, அவர் அதிகம் மெனக்கெட்டு பாடிய பாடல் எது என்று கேட்டேன். 'உண்மை என்னவென்றால், என் இசையமைப் பாளர்கள் அனைவரும் எனக்கு மிகவும் எளிதான பாடலையே கொடுத்திருக்கிறார்கள். அவர்கள் என்னிடம் அதிக கருணை காட்டியிருக்கிறார்கள் என்றே சொல்லவேண்டும். குறிப்பாக ராஜா, என்னுடைய திறமைகேற்ப பாடல்கள் இருக்கும்படி பார்த்துக்கொள்வார்' என்று குறிப்பிட்டார்.

கமல் ஹாசன், பணிநிமித்தமாகக் கேட்கும் சினிமா இசை தவிர்த்து வேறு எந்த வகையான இசையைக் கேட்பார் என்று கேட்டேன். 'நான் எல்லாவகையான இசையையும் கேட்பேன். டப்ஸ்டெப் இசைகூடக் கேட்டிருக்கிறேன். அந்த இசையை எனக்கு சுப்புலக்ஷ்மி (கௌதமியின் மகள்) அறிமுகம் செய்து வைத்தாள்' என்று பதிலளித்தார். அவருக்கு நியோகிளாசிக்கல் இசை மிகவும் பிடிக்கும் என்றார். அந்தவகையில், இசையமைப்பாளர் அலெக்ஸ் நார்த்பற்றிப் பேசினார். ஹாலிவுட்டின் சம்பிரதாயமான ஆர்க்கெஸ்ட்ரல் அணுகுமுறையைத் தவிர்த்து, வேறுபல கூறுகளைச்

சேர்த்து இசையை உருவாக்கியவர் அலெக்ஸ் நார்த். உதாரணமாக, எ ஸ்ட்ரீட்கார் நேம்ட் டிசயர் படத்தில் அவர் ஜாஸ் இசையைச் சேர்த்திருப்பார் (அதிகம் பேசப்பட்ட ஸ்பார்டகஸ், ஹூ இஸ் அஃப்ரைட் ஆஃப் வெர்ஜினியா உல்ஃப்?' போன்ற படங்களுக்கும் நார்த் தான் இசையமைத்தார் என்பது குறிப்பிடத்தக்கது). 'ராஜபார்வை தொடங்கி, என் படங்களில் நீங்கள் அத்தகைய நியோகிளாசிக்கல் இசையின் தாக்கத்தை உணரலாம்.' இதைச் சொல்லிவிட்டு, உத்தம வில்லன் படத்துக்காக கிப்ரான் அசாதாரணமான நியோகிளாசிக்கல் இசையை உருவாக்கியிருப்ப தாகச் சொன்னார். அந்த இசை ஹிரண்ய வதத்தைக் குறிப்பதுபோல் அமைந்திருக்கும் என்றும் குறிப் பிட்டார்.

'ம்யூசிக்கல் படங்களைத் தவிர, மற்ற படங்களில் பாடல்கள் இருப்பதை விரும்பமாட்டேன்' என்றவர் மேலும் தொடர்ந்தார். 'இசையையும் சினிமா வையும் இரண்டு தனிக்கூறுகளாகப் பிரிக்கும் நேரம் வந்துவிட்டது என்றே கருதுகிறேன். படத்தில் பாடல்களை வைப்பது ஒருவகையில் ந்யூசன்ஸ்தான். நாம் பார்வையாளர்களை அப்படிப் பழக்கப்படுத்திவிட்டோம். ஃப்ரை செய்யப்பட்ட உணவை அதிகம் உண்பது உடலுக்குக் கேடு என்று மக்களுக்கு புரியவைக்க நிறைய நாட்கள் தேவைப்படுகிறது. மருத்துவர் அதைச் சொன்னால்தான் கேட்பார்கள். இப்போது உணவின் அளவு குறையத் தொடங்கியிருக்கிறது, மக்களும் புரிந்துகொள்ள தொடங்கியிருக்கிறார்கள்.'

பின் அவருடைய எழுத்துகளைப்பற்றிப்

பேசினோம். கமல் தன் பதினாறு வயதில் நடந்த சம்பவம் ஒன்றை நினைவுகூர்ந்தார். அவர் அம்மா தோசை வார்த்துக்கொண்டிருக்க, அவரும் அவருடைய அண்ணன்களும் தோசைக்காகக் காத்துக்கொண்டிருந்தனர். அப்போது சாருஹாசன், ஒரு கேலிப் பாடலை அங்கேயே உருவாக்கி, எம்ஜிஆரின் 'தேடி வந்த மாப்பிள்ளை' படத்தில் இடம்பெற்ற, 'வெற்றி மீது வெற்றி வந்து என்னைச் சேரும்' மெட்டில் பாடியிருக்கிறார்.

தோசை மீது தோசை வந்து என்னைச் சேரும்
அதை வார்த்துத் தந்த பெருமை எல்லாம் உன்னைச் சேரும்
இட்லியோடு சட்னி தந்த அன்னை அல்லவோ
இது ஊசுகின்ற தோசை என்பது உண்மை அல்லவோ

இப்படித்தான் தன் வீடு, இசையால் நிறைந்திருந்ததைப்போல், எழுத்துகளாலும் நிறைந்திருந்தது என்று கமல் குறிப்பிட்டார். 'சாரு அண்ணா இதுபோன்ற கேலியான பாடல்களை உருவாக்கி, புதிய தமிழ் பாடல்கள் மெட்டில் பாடிக்கொண்டே இருப்பார். வெகுநாட்கள் கழித்து, பின்னொரு காலகட்டத்தில் ஆர்.சி. சக்தி என்னை எழுதத் தூண்டினார். நண்பர் புவியரசு என்னை எழுதத் தூண்டினார். ஞானக்கூத்தன் போன்ற சிறந்த கவிஞர்கள் என்னை எழுத ஊக்குவித்தனர்' கமலின் இந்தப் பட்டியலில் ரகுராயும் இடம்பெற்றிருக்கிறார். கவிதை வாசித்தலும் புகைப்படக்கலையை ரசித்தலும் ஒரு திரைக்கதை எழுத்தாளனுக்கு இருக்கவேண்டிய மிக முக்கியமான பொழுதுபோக்குகள். ஏனெனில், அவை நாம் சொல்லவருவதைச் சுருக்கமாகச் சொல்லும் வழிகளைக் கண்டுகொள்ள உதவும் என்று கமல் குறிப்பிட்டார். 'நான் ரகுராய் அவர்களின் மிக தீவிரமான ரசிகன். அவருடைய ஒவ்வொரு

புகைப்படமும் நமக்கொரு முழுமையான கதையைச் சொல்லும். கோணங்களில் சிறு மாற்றம்தான் செய் திருப்பார், ஆனால், அந்தப் புகைப்படம் முற்றிலும் வேறொரு கதையைச் சொல்லும்.'

பிற்காலத்தில் 'தர்மயுத்தம்', 'சிறை' போன்ற படங்களை இயக்கிப் பெயர்பெற்ற ஆர்.சி சக்தி, ஆரம்ப காலத்திலேயே தன் நண்பனான கமலிடம், 'நீ ஒரு திரைக்கதையாசிரியன்' என்று சொல்லியிருக்கிறார். மேலும், அவர் கமலின் கையில் நாற்பது பக்க நோட்டைத் திணித்து, திரைக்கதை எழுதத் தொடங்கும்படி சொல்லியிருக்கிறார். இது நடந்தது 1970 - 71ஆம் ஆண்டில். அப்போது கமல் 'நினைவுகள்' என்றொரு குறும்படத்தை எழுதியிருக்கிறார். அந்தக் கதை சக்திக்கு பிடித்துப்போய் இருக்கிறது. எனவே, ஓர் இளைஞனுக்கு ஏற்படும் பாலியல் தொந்தரவுகள்பற்றி, தான் இயக்கவிருக்கும் படத்துக்கு, கமல் இணை எழுத்தாளராகப் பணியாற்ற வேண்டும் என்று கேட்டிருக்கிறார். இந்த படத்துக்கு 'உணர்ச்சிகள்' என்று பெயர் சூட்டிய கமல், பின்னர் அந்தப் படத்தின் கதாநாயகனாகவும் நடித்தார். மிக வேகமாக உருவான அந்த படம், 1972ஆம் ஆண்டிலேயே வெளியாகி இருக்கவேண்டும். ஆனால் படம் வெளிப்படையாகச் சில விஷயங்களைப் பேசியதால், சென்சார் பிரச்னையில் சிக்கிக்கொண்டது. 1972ல் அதாவது அகத்தியர், தெய்வம், அன்னை அபிராமி, சக்தி லீலை போன்ற படங்கள் வெளியான அந்தக் காலகட்டத்தில், பாலியல் தொற்றுநோயால் பாதிக்கப்படும் இளைஞனைப்பற்றிய அந்தப் படம் சற்று காலத்துக்கு அப்பாற்பட்ட படம்தான். இறுதியாக, 'உணர்ச்சிகள்' 1976ல் வெளியானது.

❀

கமலும் ஆர்.சி சக்தியும் இணைந்து நிறைய திரைக் கதைகள் எழுதினார்கள். அவற்றில் எதுவுமே படமாக உருவாகவில்லை. 'நாங்கள் தடுமாறினோம்,' கமல் குறிப்பிட்டார். 'அனந்துவுடன் நெருக்கமாக இணைந்து பணியாற்றியதால்தான் என்னால் முன்பைவிடச் சிறப்பாக எழுத முடிந்தது என்று நினைக்கிறேன்.' திரைக்கதையாசிரியரான அனந்து தீவிர உலக சினிமா விசிறியும்கூட. கே.பாலச்சந்தரின் நெருங்கிய அஸோசியேட்டாக இருந்த அவர், கமலின் கேரியரில் ஆற்றிய பங்கு உலகம் அறிந்ததே. மேலும், திரைக்கதை விதிகளை கமலுக்கு சொல்லிக்கொடுத்தது அவர்தான். அதனால்தான், 'ஹேராம்' படத்தின் டைட்டிலில் கமல் அனந்துவுக்குப் பின்வருமாறு நன்றி சொல்லியிருப்பார்.

'இங்கு தான் அனைத்துமே
போவதென்ப தெவ்விடம்
உமது நல்ல சீடருள்
அவர்கள் புனையும் கதைகளுள்
பல்கி வாழ வாழ்த்துவேன்
அந்தம் அறு அனந்தனை'

கமல் ஃபிரெஞ்சு சினிமா விமர்சகரான அந்த்ரே பெசன், தடைசெய்யப்பட்ட அமெரிக்க திரைக்கதை யாசிரியரான டால்டன் ட்ரூம்போ போன்றோரைப் பின்தொடரத் தொடங்கினார். 'ட்ரூம்போ யாரென்று தெரியாமலேயே அவருக்கு ரசிகனாகிவிட்டேன்.'

கமல், தன்னைப்போலவே ஒத்த சிந்தனை கொண்ட நண்பர்களுடன் இணைந்து, ஏராளமான படங்கள் பார்த்திருக்கிறார். பெரும்பாலும், திரைப்பட விழாக்களில்தான் அவர்கள் அந்த படங்களைப் பார்த் திருக்கிறார்கள். பெர்க்மனின் 'தி டச்', மார்செல்லோ

மாஸ்ரோலியானி மற்றும் விர்னா லீசி நடித்த ‘தி வயூர்’, ஆண்டோனியோனியின் ‘தி பாசஞ்சர்’, ஸ்லெசிங்கரின் ‘மிட்நைட் கவ்பாய்’, ஆர்தர் பென்னின் ‘ஆலிஸிஸ் ரெஸ்டாரண்ட்’ ஆகிய படங்கள் அவருக்கு அதிகம் பிடித்த படங்கள். ‘இந்தப் படங்கள் அனைத்தும் எங்களுக்குள் தாக்கத்தை ஏற்படுத்தின. நாங்கள் அந்தப் படங்களிலிருந்து சில உத்திகளைக் கற்று நம் படங்களில் பயன்படுத்தினோம்.’ அவர்கள் இந்த படங்களைப்பற்றி பேசிக்கொண்டே இருப்பார்களாம். அதனால் தமிழ்சினிமாவை சேர்ந்தவர்கள் அவர்களை ‘ஆங்கிலோஇந்தியர்கள்; ஐரோப்பிய ஃபார்மெட்டில் படம் எடுப்பவர்கள்’ என்று சொல்வார்களாம். கமல் தன் மனதிலிருந்த கதைகளைப் பலரிடம் சொல்லியிருக்கிறார். அந்தப் பலரில் பாலுமகேந்திரா குறிப்பிடத்தகுந்தவர்.

மேற்கூறிய படங்களிலிருந்து அவர் பயன்படுத்திக் கொண்ட உத்திகள் சிலவற்றைப் பட்டியலிடச் சொன்னேன். அவர் சில நொடிகள் யோசித்து, ‘குணா’ படத்தின் ஆரம்ப காட்சிகளில் வரும் டிராக்கிங் ஷாட்களைக் குறிப்பிட்டார். கமல், தான் மேக்ஸ் ஒபீல்ஸ் அவர்களின் தீவிர ரசிகன் என்றார்.

தலைசிறந்த ஜெர்மானிய ஃபிலிம் மேக்கரான அவர், 'தி இயர்ரிங்க்ஸ் ஆஃப் மேடம் டே' போன்ற படங்களை எடுத்தவர். சிக்கலான டிராக்கிங் ஷாட்களுக்குப் பெயர் போனவர். 'குணா' படத்தைபற்றிச் சொல்லிவிட்டு, புன்னகை புரிந்த கமல் மேலும் தொடர்ந்தார். 'ஒன்றிலிருந்து இரண்டு காட்சிகள் வரை மட்டுமே இந்த ஐடியாக்களைப் பயன்படுத்திக் கொள்ள முடியும். நம் படங்கள் அதற்கு மேல் தாங்காது. ஒட்டுமொத்த ஐடியாக்களையும் இறக்குமதி செய்தால், நாமும் ஜான் ஆபிரகாம் போல் ஆகிவிடுவோம். புறக்கணிக்கப்பட்ட நிலையில், கமர்ஷியல் சினிமாவுக்கு வெளியே இயங்கும்படி ஆகிடும்.' இங்கே கமல், அக்ரஹாரத்தில் கழுதை, அம்மா அறியான் போன்ற புதுமையான கலைப்படங்களை எடுத்த மலையாள ஃபிலிம்மேக்கர் ஜான் ஆபிரகாம்பற்றிதான் குறிப்பிடுகிறார். அவர் மேலும் சொன்னார், 'உண்மையில் அது மிக அற்புதமான நிலை. அதேசமயத்தில், ஒரு படைப்பாளிக்கு, அது சற்று கொடுமையான, தனிமையான நிலையும் கூட.'

நான் பள்ளிக்குப் போவதைத் தவிர்த்து வந்தேன். எப்போதுமே நடன வகுப்பே கதி என்று கிடந்தேன். ஆனால், நடன வகுப்பில் நிறைய பெண்கள் படித்ததற்கும் நான் நடன வகுப்பிலேயே இருந்ததற்கும் எந்த சம்மந்தமும் இல்லை.

கமலுக்கு பன்னிரெண்டு வயது இருக்கும்போது அவருடைய நடன வாழ்க்கை தொடங்கியிருக்கிறது. கமல் மூன்றாவதாக ஒரு பள்ளியில் சேர்ந்து படித்துக்கொண்டிருந்த காலம் அது. அந்த பள்ளியிலிருந்தும் அவர் வெளியேற்றப்பட்டுவிடுவாரோ என்று அவரின் அம்மா எண்ணியிருக்கிறார். ஒரு நாள் மாலையில், கமலை ம்யூசியம் தியேட்டரில் நடந்த, குச்சிப்புடி நிகழ்ச்சிக்கு அம்மா அழைத்துச் சென்றிருக்கிறார். பரதநாட்டியத்துடன் வளர்ந்த அந்த சிறுவனை குச்சிப்புடி மிகவும் கவர்ந்திருக்கிறது. 'தட்டின்மீது ஆடக்கூடிய அந்த நடனம் மிக அற்புதமான வடிவம் என்றே நினைக்கிறேன்.' நிகழ்ச்சி முடிந்து, பாந்தியன் சாலையில், பேருந்துக்காகக் காத்துக்கொண்டிருக்கையில், கமலுக்கு நிகழ்ச்சி பிடித்திருந்ததா என்று அம்மா கேட்டிருக்கிறார். நடனத்தில் ஏன் அலாரிப்பு இல்லை என்று கமல் கேட்க, வெவ்வேறு நடன வடிவங்களுக் கிடையே இருக்கும் வித்தியாசத்தை அம்மா விளக்கியிருக்கிறார். உடனே கமல், தான் நடனம் கற்றுக்கொள்ள விரும்புவதாகச் சொல்லியிருக்கிறார். இதைப்பற்றி மறுநாள் காலையில் பேசலாம் என்று அம்மா சொல்லியிருக்கிறார்.

கமல், மறுநாள் காலையில் எழுந்து பல் துலக்கிவிட்டு அம்மாவின் புடவை நுனியில் தன் முகத்தை துடைத்தவாறே, தான் நடனம் கற்றுக்கொள்ள விரும்புதாக மீண்டும் சொல்லியிருக்கிறார். அவர் நிச்சயமாகத்தான் சொல்கிறாரா என்று அம்மா கேட்க, கமல் ஆம் என்றிருக்கிறார். அம்மாவும் அதைபற்றி யோசிக்கத் தொடங்கியிருக்கிறார். நிறைய மாணவர்கள் படிக்கும் நாட்டியசாலைக்கு கமலை அனுப்பினால், அங்கே அவர் காத்திருக்க

வேண்டிவரும் என்பதால் அத்தகைய இடங்களுக்கு அவரை அனுப்ப விரும்பவில்லை. தங்கள் வசதிக்கேற்ப ஒரு ப்ரைவேட் ஆசிரியரை நியமிக்க முடிவு செய்திருக்கிறார். இறுதியாக, எம்.எஸ். நடராஜனைத் தேர்ந்தெடுத்திருக்கிறார். எம்.எஸ். நடராஜன் ஒரு நாடக நடிகர். சிவாஜி கணேசனின் தீவிர ரசிகர். கமலின் அக்காவைப்போல அவரும் பந்தநல்லூர் பாணி நடனத்தைக் கற்றவர்.

'ஒருவகையில், அவர் நடன ஆசிரியர் கிடையாது. ஆனால் அவரால், சிறு பிள்ளைகளுக்கு நடனத்தின் மீது ஈடுபாடு வரவைக்க முடியும். அந்த திறமையைப் பெற்றிருந்தார்' கமல் சொன்னார். வகுப்புகள் தொடங்கின. ஆசிரியர் அசோக் நகரில் இருந்தார். கமல் எல்டாம்ஸ் ரோடில் வசித்தார். வகுப்புகளுக்காகத் தன் மகன் வெகுதூரம் பயணிக்க வேண்டியிருப்பதைப் பார்த்த அம்மா உடனே வகுப்பை, தன் வீட்டின் பெரிய ஹாலுக்கு மாற்றுவதே இதற்கான தீர்வு என்று எண்ணி அதை செய்திருக்கிறார். பின் நடராஜன் கமலின் தாயிடம் 'உங்கள் பிள்ளை நன்றாகக் கற்றுவருகிறான். உங்கள் வீட்டிலேயே எனக்கும் என் மனைவிக்கும் தங்க சிறு இடம் கிடைத்தால், என்னால் எப்போது வேண்டுமானாலும் அவனுக்கு நடனம் சொல்லித்தர முடியும்' என்று சொல்லியிருக்கிறார். 'அவர் சொன்னது சரிதான். நான் பள்ளிக்குப் போவதைத் தவிர்த்து வந்தேன். எப்போதுமே நடன வகுப்பே கதி என்று கிடந்தேன். ஆனால், நடன வகுப்பில் நிறைய பெண்கள் படித்ததற்கும் நான் நடன வகுப்பிலேயே இருந்ததற்கும் எந்த சம்மந்தமும் இல்லை.'

☙❧

கமலுக்கு 14 வயது இருக்கும்போது நடராஜன், இனிமேல் தன்னிடம் புதிதாகச் சொல்லித்தர எதுவும் பெரிதாக இல்லையென்றும், அரங்கேற்றம் செய்யவேண்டிய வேளை வந்துவிட்டதென்றும் சொல்லியிருக்கிறார். அரங்கேற்றம், ரசிக ரஞ்சனி சபாவில் நடந்திருக்கிறது. கவிஞரும் எழுத்தாளருமான சுந்தர கைலாசம், தமிழ் அரசு கழகத்தின் நிறுவனர் ம.பொ.சிவஞானம், டி.கே சண்முகம் ஆகியோர் முன்னிலையில் விழா நடந்திருக்கிறது. கமல் சம்பிரதாயமாகச் செய்யவேண்டிய சபை வணக்கம் போன்றவற்றைச் செய்தாரா என்று கேட்டேன். கமல் ஹாசனின் இன்றைய பகுத்தறிவுக் கொள்கையைக் கருத்தில் கொண்டே அதைக் கேட்டேன். அவர் அதைச் செய்ததாக சொன்னார். அவர் அப்போது பகுத்தறிவுவாதி கிடையாது. ஏழு வயதிலிருந்தே, அவர் தினமும் இரண்டு மணி நேரம் பிராத்தனை செய்வாராம். ஆதி சங்கரர் அருளிய மனிஷ பஞ் சகத்தைப் பாடக்கூடிய சில சிறுவர்களில் அவரும் ஒருவர். 1960களின் பிற்பகுதியில் காலை 6.30 மணிக்கு நீங்கள் எல்டாம்ஸ் சாலை பக்கம் சென்றிருந்தால், அவரின் குரலைக் கேட்டிருக்கலாம். அரகேற்றத்துக்குப் பின் கமல் இன்னும் நிறைய கற்றுக்கொள்ள விரும்பியிருக்கிறார். கமலுக்கு குச்சிப்புடியில் ஆர்வம் இருப்பதை நடராஜன் அறிந்திருந்ததால் அவர் குரு நடராஜா ராமகிருஷ்ணாவை அழைத்து வந்திருக்கிறார். இவர் பிற்காலத்தில் ஆந்திர பிரதேசத்தின் சங்கீத நாடக அகாடெமியின் தலைவராக பதவிவகித்தவர். இந்த ஆசிரியர்களும் அவர்களின் மாணவர்களும் மகாராஷ்ட்ரா வந்து மாநிலம் முழுக்க நிகழ்ச்சிகள் நடத்த வேண்டும் என்று மகாராஷ்ட்ரா போலீஸார் அழைப்பு விடுத்திருக்கின்றனர். கதக் நடனமும்

நிகழ்ச்சியில் இடம்பெற வேண்டுமென்று ஆசிரியர்கள் விரும்பியதால், கதக் பயிற்சியாளர் குல்கர்னியை கோலாபூரிலிருந்து வரவழைத்திருக்கின்றனர். ஒருகட்டத்தில், அந்த எல்டாம்ஸ் சாலை இல்லத்தில், மூன்று ஆசிரியர்கள் ஒவ்வொருநாளும் காலை 7 மணி முதல் இரவு 7 மணி வரை மாணவர்களுக்கு நடனம் பயிற்றுவித்திருக்கிறார்கள். இதுபோல் வெவ்வேறு பாணி நடனங்களை மாறிமாறிச் சொல்லித்தருவது ஓரியண்டல் நடனத்தில் கொண்டு விட்டுவிடுமோ என்று கமலின் அக்கா பயம்கொள்ளும் அளவுக்குத் தீவிரப் பயிற்சி அங்கே நடந்திருக்கிறது. கமல் ஒவ்வொருநாளும் ஆறிலிருந்து, ஏழு மணிநேரம் வரை நடன பயிற்சியில் ஈடுபட்டிருக்கிறார். 'அது மிகவும் உற்சாகமாக இயங்கிய பள்ளி. கலாக்ஷேத்ராபோல் அதிநவீனமான பள்ளி கிடையாது. கலாக்ஷேத்ராபோன்று எங்கள் பள்ளியையும் உருவாக்கியிருக்க வேண்டும் என்று நான் ஆசைப்படுவது உண்டு. ஆனால் எங்களிடம் இருந்த வசதிக்கு இந்தப் பள்ளிதான் சாத்தியமானது' என்றார் கமல். அந்த குழு ஒத்திகையை முடித்து மகாராஷ்ட்ரா சென்றிருக்கின்றனர். அங்கே போலீஸ் காலனியில் தங்கி, போலீஸ் பஸ்ஸில் பயணித்து கிட்டத்தட்ட 30 நிகழ்ச்சிகள் நடத்தியிருக்கின்றனர். ஷோலாபூரில் நிகழ்ச்சி நடக்கும்போது கமலுக்கு விபத்து ஏற்பட்டிருக்கிறது. மேடையிலிருந்த விளக்கை இடம் மாற்றுகையில், மேடையில் எண்ணெய் சிந்தியிருக்கிறது. அதைக் கவனிக்காமல் அதில் நடனமாடியிருக்கின்றனர். கமல் மயில் நடனம் ஆடியிருக்கிறார். அது ஒரு அக்ரோபாட்டிக் நடனம். அதில் ஸ்ப்லிட் அசைவுகள் இருந்திருக்கின்றன. கமல் என்னிடம், 'அது ஒரு வேடனையும், மயிலையும்பற்றிய நடனம். அன்றைய தினம்

மயில் இறந்துவிட்டது' என்று கேலியாகச் சொன்னார். அவருடைய இடது முழங்காலில் தசை முறிவு ஏற்பட்டதால், நொண்டவேண்டிய நிலை ஏற்பட்டிருக்கிறது. ஆனால், ஒப்பந்தப்படி அவர் மேடையில் இருக்கவேண்டும் என்பதால், அடுத்த சிலதினங்கள் அவர் நடனமாடுவதற்கு பதில் செண்டை மேளம் வாசித்திருக்கிறார்.

அவர் வீடு திரும்பியதும், அவரால் இனிமேல் நடனமாட முடியாது என்று சொல்லியிருக்கின்றனர். அவருக்கு என்ன செய்வது என்று தெரியவில்லை. அவர் கல்வியும் அதிகம் கற்கவில்லை. கமல் எந்த வேலையும் செய்வதில்லை என்று அவரது அம்மா குறைப்பட்டுக் கொண்டதால், அவரை டீஸ் செய்வதற்காகவே கமல் தன் வீட்டின் முன் இருந்த அம்புலி சலூனில் ஒருவாரம் வேலை செய்திருக்கிறார். சலூனில், அவரை முடி வெட்ட அனுமதிக்கவில்லை. ஆனால் சவரம் செய்ய அனுமதித்திருக்கின்றனர். (பல வருடங்களுக்குப் பின் 'வறுமையின் நிறம் சிவப்பு' படத்தில் அவரது கதாபாத்திரம் இந்த வேலையைதான் செய்தது என்பது குறிப்பிடத்தக்கது.) கமல் என்னிடம் சொன்னார், 'விருமாண்டியில் வரும் மீசை உட்பட, என் எல்லா மீசைகளையும் நான்தான் ஷேப்

எனக்கு பதினாறு வயதிருக்கும்போது, எப்போதும் நடனப் பயிற்சியில் ஈடுபட்டுவருவதால் என்னிடம் பெண்தன்மை ஏற்படக்கூடும் என்று எண்ணினேன். கிளாசிக்கல் நடனம் என்னை அதிகம் ஆட்கொண்டுவிட்டதால், அதிலிருந்து வெளியேவந்து வேறு ஏதாவது செய்யவேண்டும் என்று ஆசைப்பட்டேன்.

செய்தேன்.' சிலகாலம் கழித்து கமலுக்கு ஒரு சிறுவேலை கிடைத்திருக்கிறது. அவர் வீட்டுக்கு அருகே இருந்த கிறிஸ்துவ கலை மற்றும் தகவல்தொடர்பு மையத்தினைச் சேர்ந்தோர், கிறிஸ்துவின் போதனைகளை பரதநாட்டியம் மூலம் உலகுக்குச் சொல்லும்பொருட்டு, நடனநாடகத்தை உருவாக்க முடிவுசெய்திருக்கின்றனர். அதில் நடன உதவியாளராகப் பணிபுரியும் வாய்ப்பு கமலுக்கு கிடைத்தது. அங்குதான் அவர் கே.தங்கப்பனைச் சந்தித்திருக்கிறார். தங்கப்பன் மாஸ்டர், சந்திரலேகா படத்துக்கு நடனம் அமைத்த ஜெய்சங்கர் மாஸ்டரின் மாணவர். அவரின் உதவியாளர் சுந்தரம் (பிரபுதேவாவின் தந்தை) தனியாகப் படங்களுக்கு நடனம் அமைக்கச் சென்றுவிட்டதால், தங்கப்பன் மாஸ்டர் புது உதவியாளர் தேடியிருக்கிறார். அந்த வேலை கமலிடம் வந்திருக்கிறது. 'திரைத்துறையில் நுழைந்ததும், நினைத்ததை நடத்தி முடித்த திருப்தி கிடைத்தது,' கமல் குறிப்பிட்டார். ஆனால் அவருக்கு நடிப்பில் ஆர்வமிருக்கவில்லை. நடனத்தில் மட்டுமே ஆர்வம் இருந்திருக்கிறது. தங்கப்பன்

மாஸ்டர் கதகளி கலைஞர் குரு கோபிநாத்திடம் நடனம் பயின்றவராதலால், கதகளியும் கமலைத் தேடிவந்திருக்கிறது (அது மிகச் சிறிய உலகம். கமல், குழந்தை நட்சத்திரமாக இருக்கையில், குரு கோபிநாத்தின் மகளுடன் மலையாளப்படமான 'கண்ணும் கரலும்' நடித்திருந்தார்.)

கமல் 'நிழல் நிஜமாகிறது' படத்தில், தான் நடித்த நடனக் காட்சியைப்பற்றிப் பேசினார். அதில் கதாநாயகி நடன ஆசிரியையாகப் பணியாற்றுவார். கமல் கதாபாத்திரம் அவளின் வகுப்புக்குள் நுழைந்து, திடீரென்று நடனமாடி அவளை ஆச்சரியத்தில் ஆழ்த்தும். 'அந்த நடனம் ஆண் தன்மைமிகுந்ததாக இருந்ததற்கு தங்கப்பன் மாஸ்டரின் பயிற்சியும் கதகளி ஸ்டைலின் தாக்கமும்தான் காரணம்.

1978யில் 'இளமை ஊஞ்சலாடுகிறது' படத்தில் 'என்னடி மீனாட்சி...' பாடலில் கமல் ஆடிய நடனம் அதிகம் பிரபலமானது. அந்த பாடலில், அவர் வெள்ளை ஆடையும், மிகப் பெரிய பெல்ட்டும் அணிந்து ஒல்லியான எல்விஸ் ப்ரெஸ்லிபோல் காட்சியளிப்பார். மிக கம்பீரமான தோற்றத்தில், கைகளையும் கால்களையும் காற்றில் வேகமாக அசைத்து துடிப்புடன் நடனமாடுவார். அந்த நடனத்தில் கராத்தேயின் தாக்கமும் வெளிப்பட்டிருக்கும். அவர் இளம்பிராயத்தில் குப்புசாமி என்ற மாஸ்டரிடம் கொஞ்சம் கராத்தே கற்றிருக்கிறார். 'எனக்கு பதினாறு வயதிருக்கும்போது, எப்போதும் நடனப் பயிற்சியில் ஈடுபட்டுவருவதால் என்னிடம் பெண்தன்மை ஏற்படக்கூடும் என்று எண்ணினேன். கிளாசிக்கல் நடனம் என்னை அதிகம் ஆட்கொண்டுவிட்டதால்,

அதிலிருந்து வெளியேவந்து வேறு ஏதாவது செய்யவேண்டும் என்று ஆசைப்பட்டேன்.' அவரது நண்பர் சேகர் ஒரு கராத்தே சாம்பியன். கமல் தன் வீட்டில் நடனம் கற்றுக்கொண்டிருந்ததைப்போல், சேகர் தன் வீட்டு மொட்டை மாடியில் குப்புசாமியிடம் கராத்தே பயின்றுவந்திருக்கிறார். 'நாங்கள் ஒரு நாளைக்கு ஆறிலிருந்து ஏழு மணிநேரம்வரை கராத்தே பயிற்சி செய்வோம். அந்தப் பயிற்சி என்னுடைய நடன ஸ்டைலையும் மாற்றியது. கராத்தேவின் ஸ்டான்ஸ் என்னுடைய நடனத்தில் புகுந்துவிட்டது. 'என்னடி மீனாட்சி...' பாடலைப் பார்த்தால், நான் நடனம், கராத்தே இரண்டையும் கற்றுக்கொண்டிருப்பதைக் கண்டுகொள்ளலாம்.' இதற்கிடையில் எக்மோரில் வசித்த அவரது ஆங்கிலோஇந்திய நண்பர்கள், அவருக்கு ஃபாக்ஸ் டிராட் நடனத்தைக் கற்றுத் தந்திருக்கின்றனர்.

அதனால்தான் கமல் ஹாசன், தான் பாரம்பரியமான கிளாசிக்கல் ஃபார்மட்டில் நடனம் கற்கவில்லை என்பதை இங்கே பதிவு செய்ய விரும்புகிறார். 'சலங்கை ஒலி' பார்த்தவர்களுக்கு இதில் மாற்றுக் கருத்து ஏற்படலாம். 'நான் வாடிவில் கலைஞன் (Vaudeville) போல. கலாக்ஷேத்ரா கலைஞனோ, டிரினிட்டி காலேஜ் கலைஞனோ கிடையாது. ஆரம்பத்தில், நாம் சரியான குழுக்களில் இணைந்துதான் நடனம் பயில்கிறோமா என்ற தயக்கம் என்னுள் இருந்தது. ஏனெனில், அவை என் அக்கா பயின்றதைப்போன்ற ப்யூரான பள்ளிகள் கிடையாது. ஆனால், அவை மிகவும் செழுமையான அனுபவத்தை எனக்குத் தந்தன. அவற்றை எண்ணி நான் வெட்கப்படத் தேவையில்லை என்பதைப் பின்னர் உணர்ந்தேன்.'

இத்தனை வகையான நடனங்கள் மீது அவருக்கு ஈடுபாடு வர எது காரணமாக இருந்தது என்று கேட்டேன். அவர் ஒரு வெர்சடைலான மீடியத்தைத் தேடி வந்ததாகவும், சினிமாவில் அது அவருக்கு கிடைத்ததாகவும் கூறினார். 'என்னிடம் இருந்த படைப்புத்திறன்களை வெளிப்படுத்துவதற்கான வழிகளைத் தேடிவந்தேன். சினிமா, இந்த பளுக்களைத் தூக்குவதற்கான ஆதாரப்புள்ளியாக விளங்கியது. கிளாசிக்கல் பாடகர்களும், கிளாசிக்கல் நடனக் கலைஞர்களும் சினிமாவை ஏளனமாகப் பார்க்கும்போது, அவர்களின் பார்வை தவறானது அவர்கள் நல்லதொரு மீடியத்தை இழக்கிறார்கள் என்று கொஞ்சம் தணிந்த குரலில் என்னால் சொல்ல முடியும்.' அவர் 'சலங்கை ஒலி' படத்தைப்பற்றி மேலும் பேசினார். படத்தைப் பார்த்த நடன ஆசிரியர்கள் படத்தைப்பற்றி சிலாகித்திருக்கிறார்கள். தங்கள் வாழ்நாளில் நடனத்துக்கு என்ன செய்தார்களோ அதை இந்தப் படம் செய்திருப்பதாக அந்த ஆசிரியர்கள் சொல்லியிருக்கிறார்கள். 'அவர்கள் அப்படிச் சொன்னது மிகவும் நெகிழ்ச்சியாக இருந்தது. ஆனால், சினிமா என்ற மீடியத்துக்குத்தான் இந்தப் பெருமையெல்லாம் சேரும். மேலும் நாம் வைஜெயந்திமாலா, குமாரி கமலா ஆகியோருக்கும் கிரெடிட் கொடுக்க வேண்டும். அவர்கள் காலத்தில் நடனம், பெண்களின் களமாக மட்டுமே கருதப்பட்டது. நான் அதை ஆண்களின் களத்துக்குள் எடுத்துவந்தேன். துரதிருஷ்டவசமாக அந்தக்காலத்தில், நான் ஒருவன் மட்டுமே அதைச் செய்பவனாக இருந்தேன்.'

கிளாசிக்கல் கலைகள் சினிமாவில் இடம்பெறுவது நின்றுவிட்டதைப்பற்றி அவரிடம் கேட்டேன். அதற்கு

அவர், 'ஆட்டிடியூட் மாற்றம் வந்துவிட்டதுதான் இதற்கு காரணம் என்று நினைக்கிறேன். ஸ்பான்சர்கள் இருந்தால்தான் கிளாசிக்கல் கலைகளை வளர்க்க முடியும். ஆனால், ஸ்பான்சர்களுக்கு அது அரசனாக இருக்கலாம், தயாரிப்பாளராக இருக்கலாம், அல்லது பிரிட்டானியா பிஸ்கட் கம்பெனியாக இருக்கலாம் இந்தக் கலைகளைப்பற்றிய போதிய அறிவு இருப்பதில்லை. அல்லது இக்கலைகளின் மீது ஆர்வம் இருப்பதில்லை. அவர்கள் அனைவருமே தங்களின் ப்ராடக்ட்டில் மட்டுமே கவனம் செலுத்துகின்றனர். அவர்களுக்கு சமூக அர்ப்பணிப்போ கலைஆர்வமோ இருப்பதில்லை' என்றார்.

அவர் தங்கப்பன் மாஸ்டரைப்பற்றி நிறைய பேசினார். 'அவரை போல் பரந்த மனம் கொண்ட ஒருவரை நான் கண்டதில்லை. அவர் கொரியோகிராஃப் செய்து கொண்டிருக்கும்போதே, கேமராவை (ஆர்.சி) சக்தியிடமும் என்னிடமும் கொடுத்து, 'நமக்கு அதிக அவகாசமில்லை. நடிகர்கள் இன்னும் வரவில்லை. நான் இங்கே இருக்க வேண்டும். நீங்கள் சென்று பாடலின் மற்ற பகுதிகளை ஷூட் செய்து

என் அக்கா பயின்றதைப்போன்ற ப்யூரான பள்ளிகள் கிடையாது. ஆனால், அவை மிகவும் செழுமையான அனுபவத்தை எனக்குத் தந்தன. அவற்றை எண்ணி நான் வெட்கப்படத் தேவையில்லை என்பதைப் பின்னர் உணர்ந்தேன்.

எடுத்துவாருங்கள்' என்று சொல்வார். எங்களுக்கு மிகவும் நெகிழ்ச்சியாகவும் மகிழ்ச்சியாகவும் இருக்கும்' என்றார். கமல் நடனமமைத்த முதல்பாடல் நினைவிருக்கிறதா என்று கேட்டேன். அக்கினேனி நாகேஸ்வர நடித்த 'ஸ்ரீமந்துடு' படத்துக்கு நடனமமைத்ததைப் பற்றி பேசினார். 1971யில் வெளியான படம். 'பின்னாளில் நான் அவரை அவரின் தொண்ணூறாவது பிறந்தநாளில் சந்தித்தேன். நான் அவருடைய படத்தின் நடன உதவியாளன் என்பதை நினைவில் வைத்திருந்தார். நாங்கள் இருவருமே பகுத்தறிவுவாதிகள். நான் ஆரத்திக்கு தலைவணங்காததைப் பார்த்து, 'நீ முஸ்லிமா?' என்று கேட்டார். நான் இல்லை என்றேன். 'பின் ஏன் அதை வழிபடவில்லை?' என்று கேட்டார். எனக்கு அதில் நம்பிக்கையில்லை, நான் நாத்திகன் என்று சொன்னேன். 'அப்படியெனில், நான் உன் நண்பன்' என்றார்.' கமல் ஹாசன் தெலுங்கு நகைச்சுவை நடிகர் ராஜ் பாபுபற்றிப் பேசினார். அவரை 'தெலுங்கு நாகேஷ்' என்று குறிப்பிட்டார். 'அவருக்கு என்னை மிகவும் பிடிக்கும். நீ இங்கே நேரத்தை வீணடிக்கிறாய், நீ ஒருநாள் நிச்சயம்

நடிகனாவாய் என்று என்னிடம் சொல்வார். நான் அவருக்கும் நடனமமைத்திருக்கிறேன். ஆனால் அவருக்கு நடனமமைத்த முதல் பாடல் எனக்கு நினைவில்லை.'

✦✧

கமல் நடன உதவியாளரானபின், மறைந்த டான்ஸ் மாஸ்டர் ரகுராமின் நட்பு கிடைத்திருக்கிறது. அவர் பத்மா சுப்ரமணியத்தின் உறவினர். பத்மா சுப்ரமணியத்தின் நடனத்தைப்பார்த்து அவர் மீது காதல் கொண்டிருக்கிறார் கமல். இதைபற்றி என்னிடம் சொல்கையில், 'எனக்கு முன்பின் தெரியாத ஒரு பெண்ணின் மீது காதல் வயப்பட்டேன்' என்று குறிப்பிட்டார். ரகுராமின் உறவினர்தான் அவர் என்று கமலுக்குத் தெரிந்தபின், கமல் ரகுராம் முன் மண்டியிட்டு 'உன் ஆண்ட்டியை மணம் செய்துகொள்ள விரும்புகிறேன்' என்று சொல்லியிருக்கிறார். அது முடியாது, வேண்டுமானால் தன் ஆண்ட்டியின் நடன ஸ்டைலைச் சொல்லித்தருவதாக ரகுராம் சொல்ல, கமல் அதற்கு ஒத்துக்கொண்டிருக்கிறார். 'ரகுராம் உண்மையிலேயே அவர் ஆண்ட்டியிடமிருந்து நடனம் கற்றாரா பொய் சொன்னாரா என்று எனக்கு தெரியாது. ஆனால், அவர் எனக்கு நடனம் கற்றுத்தந்தார். நாங்கள் வெவ்வேறு ஸ்டைல் நடனம் கற்றவர்கள். அதனால் ஐடியாக்களைச் செய்துகொள்வதுபோல் எங்கள் நடன ஸ்டைலை பரிமாற்றம் செய்துகொண்டோம்.'

கே.பாலசந்தர் தன் படங்களில் வரும் நடனக் காட்சிப்பற்றி அலட்டிக்கொள்ளமாட்டார். அவர் நடன இயக்குனர்கள் யார் என்பதுபற்றியும் அலட்டிக் கொள்ளமாட்டார். 'சொல்லத்தான் நினைக்கிறேன்

படத்துக்காக தங்கப்பன் மாஸ்டரைதான் முதலில் பேசியிருக்கிறார்கள். ஆனால், பாலசந்தர் 'சம்பிரதாயமான சினிமா நடன இயக்குனர்' வேண்டாமென்று சொன்னதாக கமல் சொன்னார். இளம் நடனஇயக்குனரே வேண்டுமென்று பாலசந்தர் கேட்டிருக்கிறார். அதனால், கமல் ஹாசன் ரகுராமை அழைத்துவந்திருக்கிறார். அவர்கள் இருவரும் கூட்டாகச் சேர்ந்து நடனமைக்க வேண்டும் என்று பாலசந்தர் கேட்டுக்கொண்டிருக்கிறார். அதனால் அவர்கள் கோகொரியோகிராஃபர்களாகப் பணியாற்றத் தொடங்கியிருக்கின்றனர். பாலசந்தரின் 'அவர்கள்' போன்ற படங்களில் இருவரும் இணைந்து பணியாற்றினர். 'அவர்கள்' படத்தின் டைட்டில் கார்டில் 'மேடைக் கிரிக்கெட் பந்தயம். மேடை அமைப்பு கமலஹாசன்ரகுராமன்' என்று குறிப்பிடப்பட்டிருக்கும். கமல் சொன்னார், 'ரகு மிகவும் திறமையானவர். அவர் சோப்ரா மாஸ்டரிடம் பணிபுரிந்துகொண்டிருந்தார். அவர் பெற்ற பயிற்சி நான் பெற்றதைவிட மேன்மையானது. அவர் மிகச்சிறந்த ஆசிரியரிடம் நடனம் பயின்றதுதான் அதற்குக் காரணம். நாங்கள் இணைந்து பணியாற்றத் தொடங்கியதும், நாங்கள் ஒரு புது ஸ்டைலை உருவாக்கினோம். அதில் கொஞ்சம் பத்மா சுப்ரமணியத்தின் தாக்கமிருக்கும். கொஞ்சம் கோலாபூரி கதக்கின் தாக்கம் இருக்கும். மேலும் நான் கற்ற மற்ற நடனங்களின் தாக்கமும் இருக்கும். அதனால்தான் நாங்கள் நடனமமைத்த பாடல்கள் வித்தியாசமாக இருக்கும்.'

அவர்கள் இருவரும் ஹிந்தி திரைப்படமான 'ஏக் துஜே கேலியே' உட்படப் பல படங்களில் இணைந்து பணியாற்றியிருக்கிறார்கள். கமல் ஹாசன், தான் திரையில் ஆடிய பெரும்பாலான நடனங்களில்,

ஒரு நடன இயக்குனராக, தன்னுடைய பங்களிப்பும் இருப்பதாகச் சொன்னார். அவர் தன் பெயரை கிரெடிட்டில் போட்டுக்கொள்ளாதபோதிலும், இணை நடன இயக்குனராகப் பணியாற்றியிருக்கிறார். 'அவர்கள்' திரைப்படம் வெளியான பின் ரகுராமுக்குத் திருமணம் ஆகியிருக்கிறது. கமலும் அவரும் இணைந்து நடனங்களை கொரியோகிராஃப் செய்வதைத் தொடர்ந்திருக்கின்றனர். மலையாளப் படமான மதனோத்சவம் (1978) வெளிவந்த காலகட்டத்தில், தனக்கு டைட்டிலில் கிரெடிட் வேண்டாம் என்று ரகுராமிடம் கமல் சொல்லியிருக்கிறார். 'கிரெடிட் அவருக்குதான் அதிகம் பயன்படும் என்பதால் அப்படிச் சொன்னேன். ஏனெனில், நான் அதற்கு முன்பே கேரளாவில் ஒரு ஸ்டாராகப் பெயர் எடுத்துவிட்டேன்.'

எழுபதுகளின் பிற்பகுதியிலும் எண்பதுகளின் முற்பகுதியிலும் அவரது படங்களில் அவர் ஆடிய நடனம்பற்றிப் பேசினோம். அந்தக் காலகட்டத்தில், அவர் நடிக்கும் படங்களில், அவர் நடனம் ஒன்றாவது நிச்சயம் இடம்பெற்றிருக்கும். 'சிம்லா ஸ்பெஷல்' படத்தில் இடம்பெற்ற 'உனக்கென்ன மேலே நின்றாய்...', 'உருவங்கள் மாறலாம்' படத்தில் இடம் பெற்ற 'காமனுக்கு காமன்...' போன்ற பாடல்களை அதற்கு உதாரணமாகச் சொல்லலாம். 'சனம் தேரி கசம்' படத்தில் 'யதுவம்ஸ சுதம்புதி சந்திரா' என்ற நடனத்தை கேலி செய்வதுபோல் வரும் நடனத்தைப்பற்றியும் பேசினோம். 'அது கிளாசிக்கல் நடனம் கிடையாது. அது வியாபார நோக்கில் ஆடப்பட்ட நடனம். அதனால்தான் என் அக்கா போன்றோருக்கு அந்த நடனம் பிடிக்கவில்லை' என்றார். பின் 'சாகர சங்கமம்'பற்றிப் பேசினோம்.

கமலும், ஆர்.சி.சக்தியும் 'சாகர சங்கமம்' வருவதற்கு முன்பே, மதுவுக்கு அடிமையான நடனக் கலைஞனைப்பற்றி ஒரு படம் எடுக்க வேண்டும் என்று எண்ணியிருக்கின்றனர். அந்தக் கதைக்கு 'அனுபல்லவி' என்று பெயரும் சூட்டியிருக்கின்றனர். ஆனால், அதேபோல் கதையுடன் கே.விஸ்வநாத் கமலை அணுகியிருக்கிறார். அவர் 'சங்கராபரணம்' எடுத்த படைப்பாளியாதலால், நிச்சயம் தான் இந்த படத்தில் நடிக்க வேண்டும் என்று கமல் முடிவு செய்திருக்கிறார்.

'சாகர சங்கமம்' படப்பிடிப்புதளத்தில், கமலின் நடனப்பயிற்சி மீண்டும் தொடங்கியது. படத்தின் நடன இயக்குனர்களில் ஒருவரான கோபிகிருஷ்ணா, கமல் குறைந்தது ஒரு மாதமாவது நடனப் பயிற்சியில் ஈடுபட வேண்டுமென்று சொல்லியிருக்கிறார்.

கமல், அந்தக் காலகட்டத்தில் உச்சத்திலிருந்த ஸ்டார்களில் ஒருவர். மேலும் அவர் பல ஷிஃப்ட்களில் நடித்துக் கொண்டிருந்தார். எனினும் அவர் நடனப் பயிற்சிக்காக நேரம் ஒதுக்க வேண்டியிருந்தது. 'என் தரப்பிலிருந்து நான் செய்த பெரிய தியாகம் அது'

கமல் ஹாசன் சொன்னார். அந்தத் தியாகத்துக்கான பலன் திரையில், 'நாத வினோதங்கள்...' பாடலில் தெரிந்தது. அந்த நடனம் படத்தின் ஹைலைட் ஆனது. படத்தில் இடம்பெற்ற மற்ற நடனங்கள் அனைத்தையும் கமலும் ரகுராமும் இணைந்து கம்போஸ் செய்தார்கள். இதில் கமல் ஆடும் அந்த உக்கிர நடனமும் அடங்கும். பிற்காலத்தில் யஷ்சோப்ரா படங்களில் இடம்பெற்ற உக்கிர நடனங்களுக்கு முன்னோடி 'சலங்கை ஒலி' நடனம்தான். இந்தப் படத்தில் இடம்பெற்ற நடனங்களை 'தூய' நடனங்களாக கமல் கருதினாரா என்று கேட்டேன்.' படத்திலும் அந்த நடனங்களை 'பாரத நாட்டியம்' என்றே குறிப்பிட்டிருப்பார்கள். 'எந்த ஸ்டைல் நடனம் உங்களுடையது?' என்ற கேள்விக்கு நானும் இதைத்தான் எப்போதும் பதிலாகச் சொல்லிவருகிறேன். ஓரியண்டல் நடனம் என்பதைவிட இப்படிக் குறிப்பிடுவது எவ்வளவோ மேல். ஓரியண்டல் நடனம் என்ற வார்த்தை ஆங்கிலேயர்கள் உருவாக்கிய தரக்குறைவான வார்த்தை.'

ஒரு
தூய்மைவாதி
கிராமியக்கலையாக
இருந்தாலும்
அதிலும்
இதுபோன்ற
சினிமா வடிவம்
கலப்பதை ஏற்றுக்
கொள்ளமாட்டார்.

இத்தனை வருடங்களில் கமல் ஹாசன் படங்களில் வெறும் நடனம் மட்டும் இடம்பெறவில்லை. மற்ற கலைகளும் இடம்பெற்றிருக்கின்றன. 'அன்பே சிவம்' படத்தில் தெருக்கூத்து இடம்பெற்றிருக்கும். 'தசாவதாரம்' படத்தில் தோல் பொம்மலாட்டம் இடம் பெற்றிருக்கும். 'உத்தம வில்லன்' படத்தில் தெய்யம், வில்லுப்பாட்டு, களரி, கூத்து (இப்போது ஆடப்படும் தெருக்கூத்து அல்ல. பாரம்பரியமான கூத்து) ஆகிய கலைகளைப் பார்க்கலாம். பரதநாட்டியமும் உத்தம வில்லனில் இடம்பெற்றிருக்கிறது. (இந்த பரதநாட்டிய வடிவத்தில் ஆசிரியரும் சீடருடன் இணைந்து ஆடுவர். ருக்மணி தேவி அருண்டேல் கொண்டுவந்த வடிவத்துக்குப் பிறகுதான் நட்டுவாங்கம் செய்பவர் கீழே அமர மாணவர் மட்டும் ஆடுவார்). உத்தமவில்லனில் நடனத்தைவிட கிராமியக்கலைக்கு அதிக முக்கியத்துவம் தரப்பட்டிருக்கிறது என்று கமல் குறிப்பிட்டார். 'ஒரு தூய்மைவாதி கிராமியக்கலையாக இருந்தாலும் அதிலும் இதுபோன்ற சினிமா வடிவம் கலப்பதை ஏற்றுக்கொள்ளமாட்டார்' என்று குறிப்பிட்டார். படத்தில் ஒரு காட்சியில் அவர் அட்டக்களரி நடனம் ஆடியிருக்கிறார். அந்த பகுதிக்கான பாடல் வரிகளையும் அவரே எழுதியிருக்கிறார். 'இந்த நடனம் சற்றுக் கடினமாக இருந்தது. ஏனெனில், தலையில் பெரிய கவசத்தை அணிந்துக்கொண்டு, அழகான முகபாவங்களுடன் ஆடவேண்டும். அது, காவடி வைத்துக்கொண்டு கதகளி ஆடுவதுபோல் இருந்தது.'

அவர் தன் ஃபோனை எடுத்து புகைப்படம் ஒன்றைக் காட்டினார். அதில் அவர் தெய்யம் மேக்கப்பில் நரசிம்ம அவதாரத்தில் இருந்தார். இதெல்லாம் சினிமாவின்

தரத்தை மேம்படுத்த கமல் எடுக்கும் முயற்சிகளா என்று கேட்டேன். 'ஆம்' என்று சொல்லிவிட்டு அவர் மேலும் தொடர்ந்தார். 'நான் சினிமாவில் சாதகமான சூழலில் இயங்கிவருகிறேன். மாபெரும் திறமைசாலிகளை சினிமாவுக்குள் அழைத்துவர முயல்கிறேன். சினிமா, வெர்சடைலானது. பல திறமைகளை ஏற்றுக்கொள்ளக்கூடியது. நான், என்னிடம் இருக்கும் எல்லாவற்றையும் இந்த சினிமாவுக்குக் கொடுக்கவே விரும்புகிறேன்.'